രാവെളിച്ചം

raavelicham
poems

•

ahammed khan

•

first edition
november 2020

•

typesetting & published
chintha publishers, thiruvananthapuram

•

printed
print express, kochi

•

cover
n bhattathiri

Distribution

DESHABHIMANI BOOKHOUSE

H O Thiruvananthapuram 695035
phone: 0471-2303026, 6063026
Email: chinthapublishers@gmail.com
Website: www.chinthapublishers.com

Branch

Head Office Kunnukuzhi • Statue Thiruvananthapuram • KSRTC Bus Station Alappuzha • KSRTC Bus Station Ernakulam • Machingal Lane Thrissur • IG Road Kozhikode • Mavoor Road Kozhikode • NGO Union Building Kannur • Central Bus Terminal Complex Thavakkara Kannur

---

CO - 2954 / 5362
ISBN - 978-93-90301-11-9

രാവെളിച്ചം

(കവിതകൾ)

അഹമ്മദ് ഖാൻ

ചിന്ത പബ്ലിഷേഴ്സ്
തിരുവനന്തപുരം-695 035

അഹമ്മദ് ഖാൻ

1965 ഫെബ്രുവരി മൂന്നിന് തിരുവനന്തപുരം ജില്ലയിലെ പുല്ലുവിളയിൽ ജനനം. പുല്ലുവിള ഗവ. മുഹമ്മദൻ എൽ പി എസ്, കാഞ്ഞിരംകുളം പി കെ എസ് ഹൈസ്കൂൾ, തിരുവനന്തപുരം യൂണിവേഴ്സിറ്റി കോളേജ്, ഗവ. ട്രെയിനിങ് കോളേജ്, ഗവ. ലാ കോളേജ് എന്നിവിടങ്ങളിൽ വിദ്യാഭ്യാസം. കേരള സർവ്വകലാശാലയിൽ ഡെപ്യൂട്ടി രജിസ്ട്രാർ.

*മതേതരഹാസ*ത്തിന് 2018 ലെ യുവകലാസാഹിതി വയലാർ കവിതാ പുരസ്കാരവും അബുദാബി ശക്തി അവാർഡും *ബാക്കിപത്ര*ത്തിന് 2019 ലെ സൃഷ്ടി - പാലക്കാട് - കലാക്ഷേത്ര പുരസ്കാരങ്ങളും ലഭിച്ചു.

കൃതികൾ: *നൊമ്പരച്ചിരി, ചൂണ്ടുപലക, കയ്പുനേർ, മതേതരഹാസം, ബാക്കിപത്രം.*

ഭാര്യ : ജമീല

മകൻ : ഫാസിൽ

മകൾ : സംഗീത

വിലാസം : IARA 84, കുളംവിളാകം
ഐരാണിമുട്ടം
മണക്കാട് പി ഒ
തിരുവനന്തപുരം - 09

മൊബൈൽ : 9349939333

email : ahmedkhani1965@gmail.com

ഉള്ളടക്കം

സുതാര്യകവിതകൾ

പ്രസാധകക്കുറിപ്പ്

സാമൂഹ്യവും വൈയക്തികവുമായ അനുഭവങ്ങളെ ഒരു വ്യക്തി സർഗ്ഗാത്മകമായി ഉപയോഗപ്പെടുത്തുമ്പോഴാണ് സാഹിത്യരചനകളുണ്ടാവുന്നത്. കവിതയെന്ന സാഹിത്യ ശാഖയിൽ സമകാലികമായ അനേകമനേകം സ്വരഭേദങ്ങൾ നിറഞ്ഞുനില്ക്കുന്നു. ഓരോ കവിതയും വിഭിന്നമായ കാഴ്ചപ്പാടുകളെ അടയാളപ്പെടുത്തുവാനുള്ള ഉദ്യമങ്ങ ളാണ്. കാവ്യരചനാവഴിയിൽ ഒരേസമയം പാരമ്പര്യ ശീലു കളോടു സമരസപ്പെടുവാനും ആധുനികതയുടെ പക്ഷം പിടിക്കുവാനും കഴിയുന്ന കാവ്യരചനാശൈലിയുടെ ഉട മയായ അഹമ്മദ് ഖാന്റെ പുതിയ കവിതാസമാഹാരമാണ് *രാവെളിച്ചം.* അതിപുരോഗമനാത്മകവാദത്തിന്റെ കാവ്യ പ്രകടന ശൈലിയിൽനിന്നു വഴിമാറി നടക്കുന്ന *രാവെളിച്ചം* ഇരുണ്ട കാലത്തിന്റെ ചിതറിയ കാഴ്ചകളെ അതിസൂക്ഷ്മ മായി അടയാളപ്പെടുത്തുന്നു. സൗമ്യവും ലളിതവുമായ ആഖ്യാനശൈലിയാൽ സമ്പന്നമായ ഈ കവിതാസമാ ഹാരം സമകാലിക കവിതകളിൽനിന്നു വേറിട്ടു നില്ക്കുന്നു. വായനയുടെ വൈവിദ്ധ്യങ്ങൾ തേടുന്ന വായനാസമൂഹ ത്തിനായി ഈ കൃതി സമർപ്പിക്കുന്നു.

ചിന്ത പബ്ലിഷേഴ്സ്

രാവെളിച്ചത്തിൽ തെളിയുന്നത്

ഡോ. കെ എസ് രവികുമാർ

രാത്രി ഇരുളിന്റെ വേളയാണല്ലോ. എന്നാൽ ആ ഇരുളിലും ചില തെളിച്ചങ്ങളുണ്ട്. നിബിഡാന്ധകാരം നീക്കാൻ കൃത്രിമദീപങ്ങൾ പൊഴിക്കുന്ന പ്രകാശസമൃദ്ധിയെയല്ല ഉദ്ദേശിക്കുന്നത്. രാത്രിയുടെ ഇരുളിനു തന്നെ വെളിച്ചത്തിന്റെ ഏറ്റക്കുറച്ചിൽ കലർന്ന പ്രകാരഭേദങ്ങളുണ്ട്. പല തരം 'ടോണു'കളിലുള്ള, വേർതിരിച്ചു പറയാനാവാത്തതരം മങ്ങൂഴങ്ങൾ. നേർത്ത ഇരുൾ മുതൽ ശക്തമായ അന്ധകാരം വരെയുള്ള രാവിന്റെ അവസ്ഥാഭേദങ്ങളിൽ പല നിലവാരത്തിലുള്ള കാഴ്ചകൾ സാദ്ധ്യമാകുന്നത് അതുകൊണ്ടാണ്.

പകലിന്റെ തീക്ഷ്ണപ്രകാശത്തിലെന്നവണ്ണം എല്ലാം സുതാര്യമായിക്കാണുന്ന വഴിയല്ല കവിതയുടേത്. ഈ പൊരുളിൽ ഊന്നിക്കൊണ്ടാവാം സമാഹാരത്തിന് *രാവെളിച്ചം* എന്ന് അഹമ്മദ് ഖാൻ പേരിട്ടത്. തന്നെയുമല്ല, സമാഹാരത്തിന്റെ രണ്ടാം ഭാഗത്തുള്ള സാമൂഹിക യാഥാർത്ഥ്യങ്ങളുടെ വൈരുദ്ധ്യങ്ങളിലൂന്നുന്ന ഇത്തിരിക്കുഞ്ഞന്മാർക്ക് 'സുതാര്യകവിതകൾ' എന്നു പേരിട്ടിരിക്കുന്നതും ഈ കാഴ്ചപ്പാടിന്റെ ഭാഗമായിട്ടായിരിക്കാം.

കവിതയുടെ വഴി എല്ലാം തെളിച്ചുപറയുകയും, ഒറ്റവായനയിൽ എല്ലാം തെളിഞ്ഞറിയുകയും ചെയ്യുകയല്ല. മങ്ങൂഴത്തിന്റെ അവ്യക്തപ്രകാശത്തിൽ കിടക്കുന്നതു പലതും അനുശീലനത്തിലൂടെ തെളിഞ്ഞുവരേണ്ടതാണ്. രാവെളിച്ചത്തിന്റെ അസ്പഷ്ടപ്രകാശവുമായി കണ്ണ് പരിചയിക്കുമ്പോൾ പലതും കുറെക്കൂടി വ്യക്തമായി കാണാനാകുന്നതുപോലെ. അപ്പോഴും ആ കാഴ്ച പൂർണ്ണവും സുവ്യക്തവുമാകണമെന്നില്ല. വ്യത്യസ്ത കോണുകളിൽനിന്നുള്ള പ്രകാശരശ്മികൾ, ഓരോ രചനയ്ക്കും ഭിന്നമായ മുഖങ്ങളും ഉള്ളടരുകളുമുണ്ടെന്ന് മനസ്സിലാക്കാൻ കാവ്യാസ്വാദകർക്ക് അവസരം തരുന്നു.

അഹമ്മദ് ഖാൻ

കവിതയുടെ ധ്വന്യാത്മകതയിലും ജീവിതസത്യപ്രകാശനശേഷിയിലും ഊന്നുന്ന, ഒട്ടൊക്കെ പാരമ്പര്യനിഷ്ഠമായ വഴിയിലാണ് അഹമ്മദ് ഖാന്റെ സർഗ്ഗപരിശ്രമങ്ങൾ മുന്നേറുന്നത്.

മലയാള കവിതയുടെ സമകാലികസന്ദർഭം എണ്ണമറ്റ സ്വരഭേദങ്ങൾ കൊണ്ട് സമ്മിളിതമാണ്. പ്രതിപാദ്യത്തിലും പ്രതിപാദനത്തിലും കവിതയിൽ ഇക്കാലം പ്രകടമാകുന്ന രീതിഭേദങ്ങൾ വിസ്മയം ജനിപ്പിക്കുന്നു. ഇപ്പോഴും പാരമ്പര്യത്തിന്റെ തനിമ കാത്തുസൂക്ഷിക്കുന്നവരും, കാവ്യസ്വഭാവത്തിനിണങ്ങിയത് എന്ന് സാമാന്യേന കരുതിവന്നിരുന്ന ഘടകങ്ങളെയെല്ലാം നിരാകരിക്കുന്നവരും എഴുത്തിന്റെ വഴിയിൽ വ്യാപരിക്കുന്നു.

ഇതിൽ പാരമ്പര്യത്തിന്റെ വഴികളോടടുത്തുനില്ക്കാൻ ശ്രമിക്കുന്നവയാണ് *രാവെളിച്ചം* എന്ന ഈ സമാഹാരത്തിലെ കവിതകളുടെ ഒന്നാംഭാഗത്തുള്ളവ. വൈയക്തികാനുഭവങ്ങളെ ആധാരമാക്കിയും സാമൂഹികപ്രശ്നങ്ങളെ കേന്ദ്രീകരിച്ചും രൂപംകൊണ്ട രചനകൾ ഈ വിഭാഗത്തിലുണ്ട്. രണ്ടായാലും കവിത, ഒരു ജീവിതസത്യത്തെ സ്പർശിക്കാൻ ശ്രമിക്കുന്നു. കുടുംബജീവിതത്തിന്റെ ഏകാന്തനിമിഷങ്ങളിലെ അനുഭവങ്ങളും അനുഭൂതികളും എന്നതുപോലെ സമകാലികമായ ലോകാനുഭവങ്ങളും അവയുടെ വൈരുദ്ധ്യങ്ങളും ഈ കവിതകൾക്ക് പ്രമേയമായിത്തീരുന്നു.

വൈയക്തികാനുഭവങ്ങളിൽ നിന്ന് ഉറവെടുക്കുന്ന കവിതകൾ മിക്കതും കുടുംബത്തിന്റെ അന്തരീക്ഷവുമായി ബന്ധപ്പെട്ടുനില്ക്കുന്നു. അവയുടെ ആഴത്തിൽ കാണാനാവുന്നത് ജീവിതമൂല്യങ്ങളോടുള്ള കവിയുടെ ആത്മബന്ധമാണ്. 'ക്ഷിപ്രവാർദ്ധക്യം' എന്ന കവിത നോക്കുക. അമ്മയ്ക്ക് അറുപത്തഞ്ചു വയസ്സായ വേളയിൽ മകൻ ഇങ്ങനെ പറഞ്ഞു:

> "മക്കളീ ഞങ്ങൾ മരിക്കുന്ന കാലത്തും
> ദുഃഖങ്ങളേതുമില്ലാതെ
> ഞങ്ങടെയമ്മയുണ്ടാകണം വെട്ടമാ-
> യന്നുമിതുപോലെയൊപ്പം"

അമ്മ ഒപ്പമുണ്ട് എന്ന സന്തോഷത്തോടെ ഈ ഭൂമിയിൽ ജീവിക്കാനും മണ്ണിൽ നിന്ന് വിടവാങ്ങാനും കഴിയുന്നതിനേക്കാൾ വലിയ സന്തോഷമെന്തുണ്ട് എന്നും മകൻ കൂട്ടിച്ചേർക്കുന്നു. അപ്പോൾ അമ്മ പറയുന്നു:

> "അല്ലേലും മക്കൾ മരിപ്പോളം ജീവിപ്പാ-
> നില്ലൊരു ജീവിക്കും മോഹം
> ഏറെ വൈകാതിനി യാത്ര ചൊല്ലീടണം
> വേറെയില്ലാഗ്രഹമൊന്നും.
>
> ....
>
> വൈകിയാൽ നിങ്ങൾ നരയ്ക്കുന്നതും പ്രായ-

മാകുന്നതും കണ്ടുവേണം
ഞാൻ നാൾ കഴിക്കാ; നതൊന്നുമീയമ്മയ്ക്കു
താങ്ങുവാൻ കെല്പില്ല തെല്ലും.
ഒക്കത്തെടുത്തു നടന്നൊരെൻ മക്കളെ
വൃദ്ധരായ് കാണണമെന്നോ!"

അതുകൊണ്ട് ആർക്കും ഉപദ്രവമാകാതെ, എത്രയും വേഗം മടങ്ങണം എന്ന് അമ്മ പറയുന്നു. പിന്നീട് ഒരു വർഷം ആകുന്നതിനുമുന്നേ അമ്മ കണ്ണടച്ചു. ആ നിമിഷത്തിൽ മകൻ തിരിച്ചറിയുന്നു: "നിൻ ചുണക്കുട്ടികൾ ഹാ, വൃദ്ധരായ്ത്തീർന്നു!"

അമ്മ മരിച്ച മക്കൾക്കൊക്കെയുമുണ്ടാകുന്ന ഈ അനുഭവത്തെ ഹൃദയസ്പർശിയായി അവതരിപ്പിച്ച ഈ രചനപോലെ കുടുംബജീവിതത്തിൽനിന്നുരുവായ നിരവധി രംഗങ്ങൾ കവിതകളിൽ കടന്നുവരുന്നു.

'മൺവിളക്ക്', 'പ്രണയാർദ്രം', 'മിന്നാമിന്നി', 'കാക്കത്തമ്പുരാട്ടി' തുടങ്ങിയ രചനകളൊക്കെ, ഗാർഹികജീവിതരംഗങ്ങളിൽനിന്ന് മുളച്ചുപൊന്തുന്നതാണ്; ജീവിതസത്യത്തിന്റെ ചെറുപൂക്കൾ വിരിയിച്ച് അവ മെല്ലെ പടർന്ന് വളർന്നുവരുന്നു. ദാമ്പത്യപ്രേമത്തിന്റെയും പുത്രവാത്സല്യത്തിന്റെയും മറ്റും മുഖങ്ങൾ അവയിൽ തെളിയുന്നു.

വ്യക്ത്യനുഭവത്തിൽനിന്ന് രൂപപ്പെട്ടതാണെങ്കിലും മറ്റൊരു വിതാനത്തിൽപ്പെട്ട കവിതയാണ് 'തീവണ്ടിയിലെ കുട്ടി'. തീവണ്ടിയാത്രയ്ക്കിടെ എതിർസീറ്റിലിരുന്ന കുടുംബത്തിലെ കൊച്ചുകുട്ടിയുടെ നൈർമ്മല്യവും ശൈശവാഹ്ലാദവുമൊക്കെ കണ്ട് ആകൃഷ്ടനായ കവി വീട്ടിൽ, തന്നെ കാത്തിരിക്കുന്ന കുഞ്ഞു മകളെക്കുറിച്ചോർക്കുന്നു. എന്നിട്ട് കുട്ടിയുടെ മാതാപിതാക്കളോട്, സ്കൂൾ ക്ലാസുകൾ ഉള്ള ഈ സമയത്ത് എങ്ങോട്ടാണ് യാത്ര എന്ന് കുശലാന്വേഷണം നടത്തുന്നു. അതിനു കിട്ടുന്ന പിതാവിന്റെ മറുപടി ഇങ്ങനെയായിരുന്നു:

"അല്പവും സന്തോഷമേ-
കുന്നതല്ലല്ലീയാത്ര;
കല്പിച്ചു തമ്പ്രാൻ ഞങ്ങൾ-
ക്കാജീവനാന്തം കണ്ണീർ!"

കുട്ടിയുടെ അച്ഛൻ പറഞ്ഞതിന്റെ പൊരുൾ തെളിയാതിരുന്ന കവിയോട് അമ്മ കൂട്ടിച്ചേർത്തു:

"ക്യാൻസറാണിവൾ, ക്കതി-
ന്നായി മുടങ്ങാതോരോ
മാസവും പോകേണ്ടതു-
ണ്ടങ്ങു, തെക്കാസ്പത്രിയിൽ!"

അതു കേട്ടതിൽപ്പിന്നെ ഒരു വാക്കും അയാൾക്കു മിണ്ടാനായില്ല. അമ്മയുടെ കരൾവിങ്ങുന്ന വാക്കുകൾ അയാളുടെ ഉള്ളിൽ ഇപ്പോഴും അനുരണനം ചെയ്യുന്നു. വീട്ടിലെത്തിയപ്പോൾ സ്വന്തം പുത്രി കരഞ്ഞുറങ്ങുന്ന കാഴ്ചയാണ് സ്വാഗതം ചെയ്തത്.

ക്രിസ്തുമസ് പരീക്ഷയിൽ
ക്ലാസതിലൊന്നാംസ്ഥാനം
നഷ്ടമായതിൻ പേരിൽ
കിട്ടിയ തല്ലും വാങ്ങി,
പാവമെൻ മകൾ തേങ്ങി–
ത്തളർന്നോ മയങ്ങുന്നു?
ആ മുഖം മുകർന്നുമ്മ
നല്കി ഞാൻ വിതുമ്പിയോ?

തന്റെ പുത്രിയുടെ സങ്കടത്തിന്റെ കാരണവും ട്രെയിനിൽ കണ്ട കുഞ്ഞ് തിരിച്ചറിയാത്ത സങ്കടത്തിന്റെ കാരണവും തമ്മിലുള്ള വൈരുദ്ധ്യം, ഈ കവിതയുടെ അടിനൂലാകുന്നു. സ്വന്തം കുഞ്ഞിന്റെ ദുഃഖത്തിന് കാരണമായ സംഭവത്തേക്കാൾ എത്ര മാത്രം വേദനാജനകമാണ് ട്രെയിനിൽ കണ്ട കുഞ്ഞിനെ ഓർത്തുള്ള ദുഃഖം എന്നയാൾ തിരിച്ചറിയുന്നു; ആ കുഞ്ഞിന്റെ അച്ഛനമ്മമാരുടെ സങ്കടത്തിന്റെ വ്യാപ്തിയും.

ആനുകാലിക രാഷ്ട്രീയ സാമൂഹിക പ്രശ്നങ്ങളോട് പ്രതികരിക്കുന്നവയാണ് 'നഗരപർവ്വം', 'പ്രളയമേ', 'ആശാൻസ്ക്വയർ' തുടങ്ങിയ കവിതകൾ. പല രചനകളിലും അത്തരം പ്രമേയങ്ങൾ ഒളിഞ്ഞും തെളിഞ്ഞും കടന്നുവരുന്നു. ഏറ്റവും ആനുകാലികമായ ആഗോളപ്രശ്നത്തെപ്പോലും കവിതാവിഷയമാക്കിയിട്ടുണ്ട് 'കനകസിംഹാസനം' എന്ന രചനയിൽ. കൊറോണ എന്ന വൈറസിന്റെ മുൻപിൽ നിസ്സഹായരായ സാമ്രാജ്യത്വശക്തികളെക്കുറിച്ചാണ് ആ ചെറുകവിത.

രണ്ടു കാലത്തിന്റെ മൂല്യങ്ങളെ സമാന്തരീകരിക്കുന്ന രചനയാണ് 'അക്ഷരം' എന്ന കവിത. വിദ്യാർത്ഥികളുടെ കൈയക്ഷരത്തിന്റെ ഭംഗിയും വടിവും പഴയകാലത്ത് അദ്ധ്യാപകർ അംഗീകരിക്കുകയും പ്രോത്സാഹിപ്പിക്കുകയും ചെയ്യുമായിരുന്നു. തനിക്ക് കൈയക്ഷരത്തിന്റെ മികവിന് സമ്മാനം കിട്ടിയ കഥ അച്ഛൻ മകനോടു പറയുമ്പോൾ കമ്പ്യൂട്ടറിൽ ശടപടാ ടൈപ്പു ചെയ്തിരിക്കുന്ന മകൻ, അർത്ഥം വെച്ച് ഊറിച്ചിരിച്ച് ആരായുന്നു:

"സമ്മാനമെന്തായിരുന്നു?
ഫ്ളാറ്റോ, കാറോ, കാശ്മീർ ടൂറോ
ലക്ഷങ്ങൾതൻ ചെക്കോ, ബൈക്കോ?"

അപ്പോൾ അച്ഛൻ ഓർക്കുന്നു.

"മറ്റു വിദ്യാർത്ഥികളൊക്കെ
ഒട്ടൊരസൂയയുമായി
നോക്കി നില്ക്കെ, സാഭിമാനം
നീട്ടിയോരെൻ കൈത്തലത്തിൽ
മൂട്ടിൽ റബ്ബർ പതിച്ചതാം

ചിത്രഭംഗിയെഴുന്നോരു
പെൻസിൽ ലില്ലിടീച്ചർ തന്ന
രംഗമുള്ളിൽ തെളിയുന്നു."

ഇന്നത്തെ ടെലിവിഷൻ മത്സരങ്ങളുടെ കാലത്തെ കുട്ടിയുടെ മനോനിലയും, അച്ഛന്റെ കുട്ടിക്കാലത്തെ മനോനിലയും തമ്മിലുള്ള വൈരുദ്ധ്യം, രണ്ടു കാലങ്ങളെയും രണ്ടു മൂല്യങ്ങളെയും സമാന്തരീകരിക്കുന്നു.

ഈ സമാഹാരത്തിലെ ഏതാനും കവിതകൾ രചയിതാവിന്റെ ഗുരുപൂജകളാണ്. തിരുവനന്തപുരം യൂണിവേഴ്സിറ്റി കോളേജിൽ കവിയുടെ ഗുരുനാഥനായിരുന്നു വരിഷ്ഠ കവി വിഷ്ണുനാരായണൻ നമ്പൂതിരി. സാധാരണഗതിയിൽ കാണുമ്പോഴൊക്കെ നമ്പൂതിരിസാർ കവിയോട് സ്നേഹവാത്സല്യങ്ങളോടെയാണ് പെരുമാറാറുള്ളത്. എന്നാൽ ശാരീരിക വിഷമതകളും ഓർമ്മക്കുറവും ബാധിച്ചതിനെത്തുടർന്ന് ചികിത്സയിലും വിശ്രമത്തിലുമായി കഴിയുന്ന ഗുരുവിനെ കാണാനെത്തിയ ശിഷ്യനെ അദ്ദേഹത്തിന് തിരിച്ചറിയാനായില്ല. കവിക്ക് വളരെ അടുപ്പവും ആദരവുമുണ്ടായിരുന്ന അദ്ദേഹത്തിന്റെ അവസ്ഥയെ ഓർത്തുള്ള ദുഃഖവും അസ്വാസ്ഥ്യവുമാണ് 'വിഷ്ണുപദം' എന്ന കവിതയിലുള്ളത്.

"ഉള്ളവരില്ലാത്തവരെന്നിരുകൂട്ടർക്കൊപ്പം
ഒന്നുമേ വേണ്ടാത്തവരെന്നൊരു വർഗ്ഗം കൂടി
ഭൂമിയിലുണ്ടെന്നു പണ്ടൊരിക്കൽ പറഞ്ഞതീ
ജീവിതത്താലിന്നതിന്നർത്ഥവും പഠിപ്പിച്ചു!"

ഇങ്ങനെ അപരിഗ്രഹം എന്ന മൂല്യത്തെ ബോദ്ധ്യപ്പെടുത്തിയ വിഷ്ണുനാരായണൻ നമ്പൂതിരിയുടെ ആദ്യകാല കവിതകളിൽ ഏറെ പ്രസിദ്ധമാണ് 'ഇന്ത്യയെന്ന വികാരം.' അത് എല്ലാ ഇന്ത്യക്കാരിലുമുള്ള ഒരു മൗലികവികാരമാണ്. ദേശഭക്തിയുടെ ഗുണാത്മക ഭാവത്തെ അതാവിഷ്കരിക്കുന്നു. അതിനെ വംശീയമായി ശിഥിലീകരിക്കുന്ന സമകാലിക ഇന്ത്യൻ രാഷ്ട്രീയത്തിന്റെ നിഷേധാത്മക സ്വഭാവത്തെക്കുറിച്ചുള്ള ഉൽക്കണ്ഠയും ഈ കവിതയിൽ തെളിയുന്നു. അതിനോട് ബന്ധപ്പെട്ട്,

"നാടിതിൻ സിരകളിൽ പടരും മൃതിയുടെ
കാളകൂടത്തെക്കണ്ടോരാധിയില്ലെന്നോ നെഞ്ചിൽ?"
എന്ന ചോദ്യം ഈ കവിതയിൽ മുഴങ്ങുന്നു.
"ഒക്കെ നീ മറന്നുവെന്നാകിലും മലയാണ്മ-
യ്ക്കൊക്കുമോ മറക്കാനീ അക്ഷരവിശുദ്ധിയെ?"
എന്ന് കവിത അവസാനിക്കുകയും ചെയ്യുന്നു.

'രാഘവപ്പറമ്പിൽ,' 'ഹോട്ട്കോഫി' തുടങ്ങിയ രചനകളും ഈ തരത്തിൽ മുൻതലമുറയിലെ കവികളോടുള്ള ആദരാർപ്പണങ്ങളാണ്. മൂല്യങ്ങളോടും പാരമ്പര്യത്തോടുമുള്ള രചയിതാവിന്റെ ആഭിമുഖ്യത്തിന്റെയും ആദരവിന്റെയും മുഖങ്ങളാണ് ഇത്തരം കവിതകളിൽ തെളിയുന്നത്.

സുതാര്യകവിതകൾ എന്ന ശീർഷകത്തിലുള്ള രണ്ടാംഭാഗത്തെ നുറു

ങ്ങുകൾ മിക്കതും സാമൂഹിക വൈരുദ്ധ്യങ്ങളെ ചെറുചിമിഴുകളിലൊതുക്കിയവയാണ്.

ബൈക്കപകടത്തിൽ മരിച്ച
യുവാവിന്റെ ശവഘോഷയാത്ര,

നൂറ്റൊന്നു ബൈക്കുകളുടെ
അകമ്പടിയോടെ. (അകമ്പടി)

ദൈവവിശ്വാസികൾ
സത്യസന്ധരാണെന്നു
ബാപ്പ വാദിക്കുമായിരുന്നു.
എങ്കിലും
പള്ളിയിൽപോകുമ്പോഴെല്ലാം ധരിച്ചത്,

പഴയ ചെരിപ്പായിരുന്നു. (പാദരക്ഷ)

ദൈവത്തെയും
മോക്ഷത്തെയുംകുറിച്ചുള്ള കഥകളെഴുതാൻ
മറ്റുള്ളവർ വർഷങ്ങളെടുത്തു.
അയാളുടെ കഥകളാകട്ടെ
മനുഷ്യനെയും വിശപ്പിനെയുംകുറിച്ചായിരുന്നു.
അതുകൊണ്ട്

വളരെവേഗം അയാളുടെ കഥകഴിഞ്ഞു.
(കൽബുർഗി)

ഈ പരമ്പരയിലെ രചനകൾ മിക്കതും മതത്തിന്റെയും വിശ്വാസത്തിന്റെയും പേരിൽ നടക്കുന്ന മനുഷ്യവിരുദ്ധമായ കാര്യങ്ങളെ വിമർശനത്തിന്റെ സൂചിമുനകൊണ്ട് കുത്തിപ്പൊട്ടിക്കുന്നവയാണ്. അവയിൽ ചിലത് കുറച്ചുകൂടി സംക്ഷിപ്തമാകേണ്ടിയിരുന്നു എന്ന് തോന്നി.

സ്വന്തം കാലത്തെയും ജീവിതത്തെയും തുറന്ന കണ്ണോടെ കാണാനാണ്, ആകെ ലോകത്തും സമൂഹത്തിലും വ്യാപിച്ചുകൊണ്ടിരിക്കുന്ന അന്ധകാരത്തിന്റെ ഈ അസ്വസ്ഥാവസ്ഥയിലും അഹമ്മദ് ഖാൻ എന്ന കവി ശ്രമിക്കുന്നത്. രാവെളിച്ചത്തിൽ കണ്ട കാഴ്ചകൾ അതുകൊണ്ടുതന്നെ പ്രസക്തി നേടുന്നു.

അന്യദുഃഖങ്ങൾതൻ

കണ്ണുനീരുപ്പിനാ-

ലെന്നിലെയെന്നെ

രുചിച്ചറിയുന്നു ഞാൻ.

[illegible]
ശ്രീ: അഹമ്മദ് ഖാന്റെ
കവിത

— അക്കിത്തം

പ്രിയ സുഹൃത്തേ,

അക്ഷരധർമ്മത്തിൻ
ആദ്യം തെക്കുനാടൻ സാംസ്കാരിക-
അന്തരീക്ഷമാണ് ചുറ്റും. ഇതിൽ,
ആദ്യം വിരിഞ്ഞൊരു താങ്കളുടെ
കവിത പുതിയ ചുവടുകൾക്ക്,
പ്രേരണയാകട്ടെ!

വിഷ്ണുനാരായണൻ

നഗരപർവ്വം

നാലഞ്ചു നാളത്തെ ഭക്ഷണത്തിൻ
മാലിന്യമൊന്നെറിഞ്ഞീടുവാനായ്
ഇന്നുമിറങ്ങിനേൻ കള്ളനെപ്പോൽ
പൊള്ളുന്ന കാലും മനസ്സുമായി!

ഈയിടെയായിതു വീട്ടിലെത്തി
ശേഖരിക്കാറുള്ള കൂട്ടരാരും
ഇല്ല വരാറില്ല, വേറെയേതോ
നല്ല തൊഴിൽ തേടിപ്പോയതാവാം.

പാത്തും പതുങ്ങിയു, മന്തിപോകേ
സ്കൂട്ടറിൽ ചുറ്റിയലഞ്ഞെങ്കിലും
നോക്കുന്നിടത്തൊക്കെ ക്യാമറയെൻ
നേർക്കിരിപ്പാണു, ഞാനെന്തുചെയ്യും!

നാലുനാളായി മുടങ്ങാതെയീ
നാടകമേവം തുടർന്നിടുന്നു.
കഷ്ടമേ, യെൻ ഗതികേടു മാത്രം;
പട്ടണജീവിതബാക്കിപത്രം!

കാലത്തുണർന്നു വൃത്താന്തപത്രം
കാപ്പിയോടൊത്തു രുചിച്ചിരിക്കേ
കണ്ണുകൾ കൗതുകവാർത്തയൊന്നിൽ
ചെന്നു വലംവെച്ചു നില്ക്കയായി:

അഹമ്മദ് ഖാൻ

'പുത്തനതിഥിയൊന്നെത്തിയമ്മ*–
ത്തൊട്ടിലിൽ, രാത്രിയിരുൾമറവിൽ;
'ആരതി'യെന്നധികാരികളാ
ചോരക്കുരുന്നിനു പേരുമേകി.'

ഭക്ഷണമാലിന്യം കൈയൊഴിയാൻ
തക്കം ഞാൻ പാർത്തു വലഞ്ഞനേരം
ഇത്രയനായാസം തൻ പ്രാണനെ
പെറ്റുപേക്ഷിച്ചു കടന്നതാരോ!

ഓർക്കുവാൻ കെല്പില്ലിതൊന്നു; മിപ്പോൾ
മൂക്കു തുളയ്ക്കും ദുർഗ്ഗന്ധമെന്തോ?
കെട്ടിവെച്ചുള്ളൊരാ വേസ്റ്റിൽ നിന്നോ?
കെട്ട കാലത്തിൻ മനസ്സിൽനിന്നോ!

* ഉപേക്ഷിക്കപ്പെടുന്ന നവജാതശിശുക്കൾക്കായി തിരുവനന്തപുരത്ത് സ്ഥാപിച്ചിട്ടുള്ള അമ്മത്തൊട്ടിൽ.

സ്വാതന്ത്ര്യഗീതം

രാജ്യമടിമത്ത വാഴ്‌വുപേക്ഷിച്ചൊരാ
രാത്രിതൻ വാർഷിക വേളയിതിൽ
കാവ്യമൊരെണ്ണം രചിക്കാൻ പതിവുപോൽ
വാതിലടച്ചു തപസ്സിരിക്കേ;
ഏറെയുണ്ടുള്ളിൽ വിഷയങ്ങളെങ്കിലും
വേറൊന്നിലും മനമൂന്നിടാതെ
'സ്വാതന്ത്ര്യ'മെന്നതാം സങ്കല്പമാകട്ടെ
ഈ ദിന, മെന്നുറപ്പിച്ചിരിക്കേ
പുത്രനെൻ വാതിലിൽ മുട്ടുന്നു: "അച്ഛനി–
തൊട്ടൊന്നു നോക്കുമോ? എന്തു ഭംഗി!"
കൈയിലൊരോമൽക്കിളിക്കുഞ്ഞുമായിതാ,
കൈതവമില്ലാത്തൊരാഹ്ലാദമായ്
നില്ക്കുന്നു മുന്നിലവൻ, വിശ്വമാകെയും
വെട്ടിപ്പിടിച്ചൊരു യോദ്ധാവുപോൽ!
"മുറ്റത്തു വന്നിരിപ്പായിരുന്നിച്ചെറു–
പക്ഷി; ഞാൻ തഞ്ചത്തിൽ കൈക്കലാക്കി!
വേണമീപ്പക്ഷിയെനി, ക്കെന്നുമീവിധം
കാണണം; ഞാനതിനെന്തു വേണ്ടൂ?"
"കൂടൊന്നൊരുക്കണം" ചൊല്ലിനേൻ: "പിന്നതിൻ
ചോടുറയ്ക്കും വരെ കാത്തിടേണം;
കൊത്തിക്കൊറിക്കുവാൻ പാകത്തിലുള്ളതാം
ഭക്ഷണം നല്കണം; കൊഞ്ചിക്കണം."

കമ്പികൾ കോർത്തു കൂടൊന്നു പണിയുവാൻ

അഹമ്മദ് ഖാൻ

മുമ്പിലുണ്ടാ ബാല്യം, കൂടെ ഞാനും.
അന്നേരമക്കൊച്ചു ചിത്തത്തിൽ മറ്റൊരു
സന്ദേഹമിങ്ങനെ പൊന്തിവന്നു:
"നാളുകൾ പോകവേ കണ്ണുവെട്ടിച്ചൊരു
നാളിൽ പറന്നിതു പൊയ്പ്പോകുമോ?"
"ശങ്ക വേ,ണ്ടങ്ങനെ ചാടാതിരിക്കുവാ-
നുണ്ടൊരു മാർഗ്ഗം, ഞാൻ കാട്ടിത്തരാം.
കത്രികയാലീ ചിറകുകളിത്തിരി
വെട്ടിയൊതുക്കുകിൽപ്പിന്നെ ദൂരെ
പക്ഷം വിടർത്തിപ്പറക്കുവാനാകാതീ
പക്ഷിയുണ്ടാവും നമുക്കു കൂട്ടായ്!"
"സമ്മതിച്ചച്ഛനെ!" - കെട്ടിപ്പിടിച്ചവ-
നുമ്മവെച്ചാനന്ദം പങ്കുവെക്കെ
കുഞ്ഞിച്ചിറകു മുറിച്ചു ഞാനാ നവ-
ഭംഗിയെക്കൂട്ടിന്നകത്തടച്ചു!

ഒട്ടും നിനച്ചിരിക്കാത്തൊരു നേരത്തി-
ങ്ങെത്തിക്കുടുങ്ങിയ വിസ്മയത്തെ
തൊട്ടും തൊടാതെയും പുത്രന്റെ കൗതുകം
ചുറ്റും നടന്നു രസിക്കുകയായ്!
കാഴ്ചയിതേകിയ നിർവൃതിയോ, ടേതോ
പാട്ടിന്റെ മൂളലിൻ താളമോടെ
വാതിലടച്ചെഴുതാൻ തുടങ്ങുന്നൊരു
സ്വാതന്ത്ര്യഗീതം ഞാൻ മഞ്ജരിയിൽ!!

*പ്രളയമേ!

ഹാ പെരുംപ്രളയമേ
ഓർക്കുവാനരുതാത്ത
നോവുകളല്ലീ ഞങ്ങൾ–
ക്കേകി നീ കടന്നുപോയ്!
അലസർ, സ്വാർത്ഥർ, അഹം–
ഭാവികൾ ഞങ്ങൾ നിദ്രാ–
സുഖത്തിൽ ലയിക്കെ നീ–
യെത്തിയോരോണക്കാലം
ദുഃസ്വപ്നമെന്നേ ആദ്യം
നിനച്ചു; പക്ഷേ, പ്രിയ–
പ്പെട്ടവരതിന്നിടെ
യാത്രചൊന്നൊന്നൊന്നായി!
അന്നോളം കാണാത്ത നിൻ
വേഷപ്പകർച്ച നോക്കി
നിന്നുപോയൊരു മാത്ര
കേവലർ, നിസ്സഹായർ!
എന്തിനേറെ, നിൻ ഭാവ–
മാറ്റത്തിൽ പകച്ചീലേ
അണ്ഡകടാഹം വാഴും
ശക്തരാം ദൈവങ്ങളും!

---

* 2018 ലെ ഓണക്കാലത്തുണ്ടായ മഹാപ്രളയത്തെ ഒരുമയോടെ നേരിട്ട മലയാളികളിൽ പിന്നീട് വളർന്നുവന്ന വിഭാഗീയ ചിന്തകൾ കണ്ടപ്പോൾ.

എങ്കിലും, മനുഷ്യനെ-
ന്നോർക്കുവാ, നപരന്റെ
സങ്കടം തന്റേതെന്ന
ബോധമോടുയിർക്കുവാൻ
അന്യരല്ലാരും നമു-
ക്കെന്ന നേരറിയുവാൻ
അന്തിയിലൊരേ നിഴൽ-
പ്പായയിലുറങ്ങുവാൻ
മറ്റൊരു ജീവൻ കാക്കാൻ
തൻ മൃദുദേഹം പോലും
കൽപ്പടവാക്കിത്തീർത്ത
നന്മയായ് വിളങ്ങുവാൻ
ഉള്ളതല്പമെന്നാലും
പങ്കുവച്ചീടാൻ, ഉള്ളി-
ന്നുള്ളിലെക്കാരുണ്യത്താൽ
പൂക്കളം രചിക്കുവാൻ
സോദരർ നാമെന്നൊരേ
സ്വരഭംഗിയിൽപ്പാടി
ജാതകം ചീന്തി, വാഴ്വിൻ
വഞ്ചി തുഴഞ്ഞീടുവാൻ
എത്രയും ഉദാരമോ-
ടന്നു നീ പഠിപ്പിച്ചു
മർത്ത്യജന്മത്തിൻ നിസ്സാ-
രതയും മഹത്വവും!

കഷ്ട, മിന്നതൊക്കെയും
മറന്നു; ഏതോ വിഷ-
സർപ്പദംശനത്താലോ
കരിവാളിച്ചു മനം!
അന്നു നീ നിറച്ചൊരാ
പ്രാണഹർഷങ്ങൾ മാഞ്ഞു;
അന്യരായ്, ശത്രുക്കളായ്,
ഞങ്ങളിന്നശാന്തരായ്!
ഇല്ല, ഇന്നെവിടെയും
സ്നേഹവിശ്വാസം തെല്ലും
ഉള്ളതജ്ഞാനം, പക,
മുറ്റുമന്ധകാരവും!

നീ വരൂ പ്രളയമേ,
താങ്ങുവാനരുതാത്ത
നോവുകളല്ലീ ഞങ്ങൾ-
ക്കേകി നിന്നസാന്നിദ്ധ്യം!
നിന്നലക്കൈയാൽ വീണ്ടും
തഴുകൂ ദയാർദ്രമീ
ഞങ്ങളെ മനുഷ്യരായ്
മാറ്റു നീ, വരില്ലയോ!

കാഴ്ചകൾ

വാഴ്‌വും മരണവും
തെല്ലും മടുപ്പെന്യേ
രാവും പകലു-
മൊളിച്ചുകളിക്കുമീ

ആസ്പത്രിതന്നഴികൾ
പിടിച്ചിങ്ങനെ
കാഴ്ചകളോരോന്നു
കണ്ടുനില്പൂ; വെയിൽ

കത്തിയെരിയുന്നു;
കാക്കകൾ നിശ്ശബ്ദം
മദ്ധ്യാഹ്നഭക്ഷണം
പങ്കിട്ടെടുക്കുന്നു.

വൃത്തിയായ് ചുണ്ടുകൾ
തേച്ചുതുടച്ചവ
തൃപ്തിയായെന്നു
മനസ്സുതുറക്കുന്നു.

മുന്നിലെക്കുറ്റ-
നാലിൻനിഴൽപറ്റിനി-
ന്നൊന്നിളവേല്ക്കുവോർ
രോഗികളോ? രോഗ-

വാർത്തയറിഞ്ഞോടി-
　　　　യെത്തിയോരാമയൽ-
വീട്ടുകാരോ? ആത്മ-
　　　　മിത്രങ്ങളോ? ചിലർ

ഏറുമുൽക്കണ്ഠകൾ
　　　　പങ്കുവെയ്പൂ? ചിലർ
നേരിയ ഭേദമു-
　　　　ണ്ടെന്നോ മൊഴിയുന്നു?

ഡോക്ടറെഴുതിയ
　　　　ചീട്ടും മരുന്നുമായ്
കൂട്ടിവായിക്കാൻ
　　　　ശ്രമിക്കുന്നു രണ്ടുപേർ.

തമ്മിലിന്നോളവും
　　　　കാണാത്തവർപോലും
തങ്ങളിൽ സൗഹൃദം
　　　　പങ്കുവെച്ചീടുന്നു!

ഏതോ ദുരന്ത-
　　　　മുഖത്തുനിന്നെന്നപോൽ
ചേതനയറ്റ
　　　　യുവാക്കളെഞ്ചാറുപേർ

ആരെയോ 'അത്യാഹിത'-
　　　　ത്തിലേക്കല്പവും
നേരം കളഞ്ഞിടാ-
　　　　തെത്തിക്കയായിതാ!

കൺകൾ തുടച്ചൊരു
　　　　പെൺകുട്ടി ഡോക്ടർതൻ
പിമ്പേ കുതിക്കുന്നു!
　　　　കാര്യമെന്തായിടാം?

എന്താകിലും, തന്റെ
　　　　പ്രാണനാമാളൊരാൾ-
ക്കെന്താകുമെന്നുള്ളൊ-
　　　　രാധിയല്ലീ നെഞ്ചിൽ!

അഹമ്മദ് ഖാൻ

കത്തിത്തിളങ്ങിയ
 സൂര്യപ്രതാപമ–
തൊട്ടൊന്നിരുൾമൂടി
 മായാൻ തുടങ്ങയോ?

ചിത്രകഥകൾതൻ
 പുസ്തകക്കെട്ടുമായ്
കുട്ടികൾതൻ വാർഡി–
 ലേക്കു പോവുന്നൊരാൾ.

റൊട്ടിയും പാലുമായ്
 വണ്ടിയെത്തു;ന്നതിൽ
മുട്ടിയോ? നായ
 കുരച്ചുകൊണ്ടോടുന്നു!

ഒമ്പതാം വാർഡിൽ നി–
 ന്നാവാം, മൃതദേഹ–
വണ്ടിയേതോ വീട്ടി–
 ലെത്താനൊരുങ്ങുന്നു!

ആലിന്റെ ചില്ലക–
 ളൂർന്നിറങ്ങീടുവാ–
നായുന്നു സൂര്യ–
 കിരണങ്ങൾ പിന്നെയും.

"പോകട്ടേ?" ഏറ്റം
 വിഷാദാർദ്രനായ്, യാത്ര–
ചോദിപ്പു തൊട്ടടു–
 ത്തുണ്ടായിരുന്നൊരാൾ.

"ആരുമില്ലെന്നോ
 മടങ്ങുമ്പൊഴും കൂടെ?"
ആരായവേ മൃദു–
 ഹാസമോടിങ്ങനെ

ചൊല്ലുന്നു: "നമ്മ–
 ളെന്തൊക്കെയോ മോഹിപ്പു;
എല്ലാം വെറുതെ,
 വെറുതെയാണൊക്കെയും!"

മക്കളുണ്ടഞ്ചുപേ,
        രെങ്കിലുമാരുമി-
ന്നൊപ്പമില്ലെന്നുള്ള
        നോവുമാ, യാവൃദ്ധ-

രൂപം നടന്നക-
        ലുന്നൂ, നിഴൽപോലെ
മായുന്നു; കാഴ്ചകൾ
        കണ്ടുനില്ക്കുന്നു ഞാൻ....

*വിഷ്ണുപദം

ഗുരോ നിൻ പാദങ്ങളെ
　　　തൊട്ടിതാ വണങ്ങുന്നേൻ;
അരുതെന്നെന്തേ മുന്നേ-
　　　പ്പോലെ നീ വിലക്കീല?
ആരിതെന്നല്ലീയിപ്പോൾ
　　　നിൻ മനമാരായുന്നു?
നേരറിഞ്ഞീടാതന്ധ-
　　　കാരത്തിലുഴറുന്നു!
അങ്ങേയ്ക്കു പ്രിയമെഴും
　　　ശിഷ്യനാ;ണുള്ളിന്നുള്ളിൽ
അങ്ങയെപ്പേർത്തും പേർത്തും
　　　സ്നേഹിപ്പോനല്ലോ ഇവൻ!
പണ്ടു കലാലയത്തിൽ
　　　സൈക്കിളാമിരുചക്ര-
വണ്ടിയിലെത്തുന്ന നിൻ
　　　സുന്ദരരൂപം നിത്യം
നോക്കിനില്ക്കാറുണ്ടിവൻ;
　　　എത്രമേൽ ശാന്തം, സൗമ്യം,
ദീപ്തമാ മുഖം! മന-
　　　മപ്പടി പകർന്നപോൽ!

---

* 2019 ജൂൺ 2 ന് കവി വിഷ്ണുനാരായണൻ നമ്പൂതിരിക്ക് 80. ഓർമ്മകളെ ഒപ്പം കൂട്ടാൻ ക്ലേശിക്കുന്ന അദ്ധ്യാപക കവിക്ക് ശിഷ്യന്റെ ആദരം.

പിന്നെയാ ഹൃദയത്താൽ
            പകർന്നോരറിവിന്റെ
പൊൻമണി മാണിക്യങ്ങൾ
            ശിഷ്യരാം ഞങ്ങൾ പങ്കി-
ട്ടെടുത്തു; വാഴ്‌വിൻ നാനാ-
            മണ്ഡലങ്ങളിൽ ജയ-
ക്കൊടി പാറിച്ചു; ഗുരു-
            ദക്ഷിണയായ് ഞാൻ നില്പൂ!
ഹിമവൽസാനുക്കളി-
            ലലഞ്ഞു പലകാലം
നിജ ജന്മത്തിൻ പൊരുൾ
            തേടി നീ; പക്ഷേ, ഞങ്ങ-
ളറിവൂ നൈർമ്മല്യത്തിൻ,
            ജ്ഞാനത്തിൻ, വിവേകത്തിൻ,
നിറസാഹോദര്യത്തിൻ
            ഹിമവാൻ താനല്ലി നീ!
ഉള്ളവ, രില്ലാത്തവ-
            രെന്നിരു കൂട്ടർക്കൊപ്പം
ഒന്നുമേ വേണ്ടാത്തവ-
            രെന്നൊരു വർഗ്ഗം കൂടി
ഭൂമിയിലുണ്ടെന്നു പ-
            ണ്ടൊരിക്കൽ പറഞ്ഞതീ
ജീവിതത്താലിന്നതി-
            ന്നർത്ഥവും പഠിപ്പിച്ചു!
നഷ്ടമായ് ഞങ്ങൾക്കിന്നാ
            *ഇന്ത്യയാം വികാരം, ഹാ
എത്ര ഭീതിദം, മുഖം *
            തേടിനാമലയുവോർ!
*ഭൂമിയെ പ്രണയിച്ചീ
            നിലാവിൻ തീരത്തിരു-
ന്നീണത്തിൽ പാടാനിന്നും
            ഗീതങ്ങളില്ലേ ഹൃത്തിൽ?
നാടിതിൻ സിരകളിൽ
            പടരും മൃതിയുടെ
കാളകൂടത്തെക്കണ്ടോ-
            രാധിയില്ലെന്നോ നെഞ്ചിൽ?

---

* 'ഇന്ത്യയെന്ന വികാരം,' 'മുഖമെവിടെ?' 'ഭൂമിഗീതങ്ങൾ' തുടങ്ങിയ വിഷ്ണുനാരായണൻ നമ്പൂതിരിക്കവിതകൾ ഓർക്കുക.

ആരിതെന്നല്ലീ വീണ്ടും
നിൻ മനമാരായുന്നു;
നേരറിയാതെ തപ്പി-
ത്തടയുന്നിരുളിലായ്!
ഒക്കെ നീ മറന്നുവെ-
ന്നാകിലും മലയാൺമ-
യ്ക്കൊക്കുമോ മറക്കാനീ
അക്ഷരവിശുദ്ധിയെ?

മൺവിളക്ക്

പട്ടണവിദ്യാലയം
        വിട്ടു ഞാൻ ചങ്ങാതിമാർ-
ക്കൊപ്പമന്നത്തെക്കലാ-
        സന്ധ്യയും നുകർന്നതിൻ
ശേഷമാ ഗ്രാമത്തിലേ-
        ക്കുള്ളതാമവസാന
ബസിലേറിയെൻ നാട്ടിൽ
        രാത്രിയിൽ തിരിച്ചെത്തി,
വീട്ടിലേക്കോരോ വിചാ-
        രങ്ങളാൽ നടക്കവേ
കാത്തിരിപ്പുണ്ടാ, മെണ്ണ-
        വറ്റുവാൻ തുടങ്ങിയ
മൺവിളക്കൊന്നാ വീടി-
        ന്നുമ്മറ;ത്തതിൻ ചാരെ
കണ്ണിമ പൂട്ടീടാതൊ-
        രമ്മതൻ സ്വപ്നങ്ങളും!
ഇല്ല, ഞാൻ വൈകുന്നതിൽ
        തെല്ലുമില്ലമർഷ; മാ
നല്ല ചിത്തത്തിൽ ശുഭ-
        ചിന്ത മാത്രമാണെന്നും.
(തൻ മകൻ വളർ,ന്നിരു-
        കാൽകളിൽ സ്വയം നില്ക്കാ-

അഹമ്മദ് ഖാൻ

നമ്മയീവിധമെത്ര
രാവുകൾ തപിച്ചീല!)
ഒരുനാൾ ഗോതമ്പില-
യടയുണ്ടാക്കിച്ചൊന്നാൾ:
"പ്രിയമുള്ളതല്ലേ, യെൻ
മോനിതു; കഴിച്ചോളൂ.
എത്രകാലത്തേക്കിനി
അമ്മയെന്നറിവീല;
മറ്റൊരാൾക്കാമോ കാണാൻ
മക്കൾതന്നിഷ്ടാനിഷ്ടം!"
ഒക്കെ മുൻകൂട്ടിക്കണ്ടോ?
നാലുനാൾ പോകേ, തിരി
കെട്ടുപോയ് വിളക്കതിൽ!
ചുറ്റുമന്ധകാരമായ്!!

മദ്ധ്യാഹ്നമയക്കത്തിൽ
പോയകാലങ്ങൾ ചല-
ച്ചിത്രമെന്നതുപോലെ-
ന്നുൾക്കണ്ണിൽത്തെളിയവേ
ഭാര്യതൻ സ്വരം കേൾപ്പൂ:
"ചായയാ, യെണീറ്റാലും;
ചൂടെഴും ഗോതമ്പില-
യടയും കഴിച്ചാട്ടെ!"

*രാഘവപ്പറമ്പിൽ

നില്ക്കുവതെങ്ങു ഞാൻ? ഈ വിശ്വമണ്ഡല-
ചക്രവാളങ്ങളിൽ പൊൻതൂവലാൽ
ചിത്രമനോഹര കാവ്യങ്ങൾ തീർത്തൊരാ
സർഗ്ഗപ്രതിഭ പിറന്ന മണ്ണിൽ!
മൂഢവിശ്വാസങ്ങളാലിരുൾ മൂടിയ
നാടിതിൻ പുത്തൻവിഭാതത്തിനായ്
സത്യസൗന്ദര്യങ്ങളെത്തോഴരാക്കിയ
നിത്യപ്രണയിതൻ ഗ്രാമഭൂവിൽ!
ആദിസ്മൃതികളായെന്നിൽ തിളങ്ങുമാ
ചേതോഹരനാമം നീ വയലാർ!
പേരിടാനാവാത്തൊരാത്മവികാരത്തിൻ
നേരാർന്നൊരൂർജ്ജമല്ലോ വയലാർ!
സ്വാതന്ത്ര്യദാഹികൾ പൂർവ്വികർതൻ വീര-
ഗാഥകൾ കേട്ടുവളർന്ന നിന്റെ
ചിന്തകൾ ചോപ്പണി, ഞങ്ങനെ നിസ്വർതൻ
ബന്ധുവാ, യുത്തമചങ്ങാതിയായ്!
പ്രേമമായ്, പിന്നെ വിരഹമായ്, വിപ്ലവ-
താപമാ, യോരോ ഋതുക്കളായി
ജീവതന്തുക്കളെച്ചുംബിച്ചു, ഞങ്ങടെ
ഭാവനതൻ മറുവാക്കുമായി!
മർദ്ദിതവർഗ്ഗവിമോചനസ്വപ്നവും

---

* 2018 ലെ യുവകലാസാഹിതി വയലാർ പുരസ്കാരം വയലാർ രാമവർമ്മയുടെ തറവാട്ടിലെ ചടങ്ങിൽവെച്ച് സ്വീകരിച്ചപ്പോഴത്തെ ചിന്തകൾ.

അഹമ്മദ് ഖാൻ

ഹൃത്തിലെപ്പൊൻമണിവീണയുമായ്
സ്നേഹിച്ചു വാഴ്വിനെ നീ, പിന്നെ ഗന്ധർവ്വ-
ലോകത്തിലെന്തേ മടങ്ങി വേഗം?

പണ്ടു പരിഹസിച്ചാട്ടിയിറക്കിയോ-
രന്ധവിശ്വാസങ്ങളിന്നു ഗൂഢം
പാത്തും പതുങ്ങിയുമെത്തുന്നു; ചിന്തതൻ
നേർക്കവ കൊഞ്ഞനംകുത്തിനില്പൂ!
'ഞാനാണജയ്യൻ, മനുഷ്യ'നെന്നാത്മാഭി-
മാനമോടന്നു നീ പാടിയപ്പോൾ
ദൂരെബ്ഭയന്നൊളിച്ചീലയോ നമ്മതൻ
ചോരകുടിക്കും ദുർഭൂതമെല്ലാം!
ഇല്ല മനുഷ്യനെക്കാണുവാ;നിന്നിവി-
ടുള്ളതോരോതരം വിശ്വാസികൾ!
ഗോളങ്ങൾ കൈയിലമ്മാനമാടാൻ, ശാസ്ത്ര-
ലോകം കൊതിക്കുമീ വേളയിലും
പൊട്ടക്കിണറ്റിലെ ദർദുരങ്ങൾ ഞങ്ങൾ;
മർത്ത്യരൂപം പൂണ്ടൊരജ്ഞതകൾ!
പാതിയിലന്നു നീ നിർത്തിയതാമശ്വ-
മേധം തുടരുവാൻ, പൂർത്തിയാക്കാൻ
പോരുമോ വീണ്ടു; മീ നിസ്സഹായർ നിന്റെ
തേരൊച്ച കേൾക്കാൻ കൊതിച്ചിരിപ്പൂ...

തീവണ്ടിയിലെ കുട്ടി

എപ്പൊഴോ മയങ്ങിയ
ഞാൻ മിഴിതുറക്കവേ
അപ്പനമ്മമാർക്കൊപ്പം
ഒരു പെൺകിടാവിതാ
മുന്നിലെ സീറ്റിൽ നിറ-
തിങ്കളിൻ നൈർമ്മല്യമായ്
വന്നിരിക്കുന്നു, കൈയിൽ
ചേലെഴും ബലൂണുമായ്!
ഏതു സ്റ്റേഷനിൽ നിന്നീ
കുടുംബം തീവണ്ടിയിൽ
കേറിയതാവാം? ലക്ഷ്യ-
മേതു സ്റ്റോ; പ്പറിവീല!
എങ്കിലുമേതോ പൂർവ്വ-
ജന്മബന്ധത്താലാവാം
എൻമിഴിക്കരിയൊരു-
ത്സവമായ് കുരുന്നവൾ!
ആ ബലൂൺ മെയ്യോടവൾ
ചേർത്തുരയ്ക്കുന്നു; പുണർ-
ന്നോമനിക്കുന്നു; മൊഴി-
യുന്നതിന്നോടായെന്തോ!
വീട്ടിലങ്ങെത്തുമ്പോഴേ-
ക്കോടി വന്നൊരായിരം

അഹമ്മദ് ഖാൻ

വാർത്തകൾ വിളമ്പുമെൻ
പുത്രിതാനല്ലീയിവൾ?
"പൊട്ടുമേ നീയിങ്ങനെ
ശക്തിയായമർത്തുകിൽ!"
കുട്ടിതൻ മാതാവോർമ്മി–
പ്പിക്കയായിടയ്ക്കിടെ.
(പൊട്ടുമോ? ഇല്ലില്ലയാ
കരത്താൽ തഴുകുവ–
തെത്രയും പ്രിയതര–
മായിടാം ബലൂണിനും!)

"യാത്രയിതെങ്ങോട്ടാ;ണി–
ന്നില്ലയോ സ്കൂളും?" ഞാനീ
ചോദ്യമോടടുക്കവേ
കുട്ടിതൻ പിതാവോതി:
"അല്പവും സന്തോഷമേ–
കുന്നതല്ലല്ലീ യാത്ര;
കല്പിച്ചു തമ്പ്രാൻ ഞങ്ങൾ–
ക്കാജീവനാന്തം കണ്ണീർ!"
ചൊന്നതിൻ പൊരുളറി–
യാതെ ഞാനിരിക്കവേ
അമ്മതൻ നിറകൺക–
ളോതി ഗദ്ഗദമേവം:
"ക്യാൻസറാണിവൾ, ക്കതി–
ന്നായി മുടങ്ങാതോരോ
മാസവും പോകേണ്ടതു–
ണ്ടങ്ങു, തെക്കാസ്പത്രിയിൽ*!"
വാർത്തയിതുള്ളിൽ നീറും
കനലായ്! മിണ്ടാനൊരു
വാക്കുമില്ലാതായ് പിന്നെ,
സ്റ്റോപ്പിലിറങ്ങുംവരെ!!

ഇപ്പൊഴും കേൾക്കാം കരൾ
വിങ്ങുമാ ദീനസ്വരം:
'കല്പിച്ചു തമ്പ്രാൻ ഞങ്ങൾ–
ക്കാജീവനാന്തം കണ്ണീർ!'

* തിരുവനന്തപുരം റീജണൽ ക്യാൻസർ സെന്റർ (RCC)

നടന്നേ, നിരുൾമൂടി-
　　　　കറുത്തോരിടവഴി
കടന്നേ; നൊരുകണ-
　　　　ക്കണഞ്ഞേൻ വീട്ടിൽ രാത്രി.
ക്രിസ്തുമസ് പരീക്ഷയിൽ
　　　　ക്ലാസതിലൊന്നാം സ്ഥാനം
നഷ്ടമായതിൻ പേരിൽ
　　　　കിട്ടിയ തല്ലും വാങ്ങി,
പാവമെൻ മകൾ തേങ്ങി-
　　　　ത്തളർന്നോ മയങ്ങുന്നു?
ആ മുഖം മുകർന്നുമ്മ
　　　　നല്കി ഞാൻ വിതുമ്പിയോ!

പ്രണയാർദ്രം

വായന മുന്നിൽ തുറന്നിട്ട ജാലക-
വാതിലിലൂടെ ഞാനജ്ഞാതമാം
മായികലോകങ്ങൾ കണ്ടിരിക്കേ, സഖീ
ചായ നീയെൻനേർക്കു നീട്ടിയെത്തി.
തുള്ളിയൊന്നാ കടുംദ്രാവകത്തിൽനിന്നു
മുന്നിലെപ്പുസ്തകത്താളിൽ വീഴ്കേ
തെല്ലു ക്ഷമാപണമോടെ നിന്നുൾഭയം
ചൊല്ലുന്നു: "വീണുപോ, യെങ്ങനെയോ!"
കൂടപ്പിറപ്പാമെൻ മുൻകോപ, മെന്നിട്ടും
ചാടിക്കടിക്കാൻ തുടങ്ങയായി:
"കണ്ണിലെന്തേ, യിരുൾ മൂടിയോ? ഞാനിതു
പൊന്നുപോലോമനിക്കുന്ന ഗ്രന്ഥം!
അക്ഷരത്തിൻ മൂല്യമെന്തെന്നറിയാത്തോൾ!
ഭക്ഷണം മാത്രം നിനക്കു പോരും!!
എന്നെപ്പഴിച്ചാൽ മതിയല്ലോ!" ഭർത്സനം
ഇങ്ങനെ തുള്ളിത്തിളച്ചുനില്ക്കേ
ചൊന്നു നീ: "രൂപയതെത്രയാണെങ്കിലും
ഇന്നു ഞാൻ മറ്റൊരു കോപ്പി വാങ്ങി
കാല്ക്കൽ സമർപ്പിക്കാ; മീയൊരു തെറ്റിന്നു
കേൾക്കണോ ഞാനീ ശകാരമെല്ലാം!"
"പിന്നെന്തു വേണ്ടു ഞാൻ?" ശബ്ദമുയർത്തിയെ-
ന്നുള്ളിലെത്തണ്ടൻ കയർത്തു വീണ്ടും:
"എത്ര പണം കൊടുത്താ കവിശ്രേഷ്ഠൻ കൈ-

യൊപ്പിട്ടു നല്കിയോരിപ്പുസ്തകം
ഏതു കടയിൽ ചെന്നിന്നു നീ വാങ്ങു; മാ
കാവ്യഗുരുവിന്നനുഗ്രഹവും!"

ഉത്തരം മുട്ടിയ നീ പിന്നെത്തഞ്ചത്തിൽ
തൊട്ടുപിറകിലായ് വന്നുനിന്നെൻ
കണ്ണുകൾ പൊത്തി മൂർദ്ധാവിലൊന്നുമ്മവെ–
ച്ചെല്ലാമലിയിച്ചു ചൊല്ലിയേവം:
"ഒക്കെയറിയാം, കവിതയല്ലോ നിങ്ങൾ–
ക്കെത്രയും പ്രേമമെഴുന്ന തോഴി;
ഞാൻ വെറും ഭാര്യ!; യെന്നാലു, മൊത്തുള്ളൊരീ
ജീവിതമിന്നെനിക്കേറെ ഹൃദ്യം!"
നിന്റെ പൂന്തേൻമൊഴിയാലേ തണുത്തെന്റെ
ശുണ്ഠിയും പാവമാ പാൽച്ചായയും!

ഹാ സഖീ, ഈ വിവേകം തന്നെയല്ലിയെൻ
വാഴ്വിനിന്നർത്ഥ, മഴകുമേകി?
കേവലം മൂകമായ് മണ്ണടിയേണ്ടൊരെൻ
ഭാവനകൾ പ്രണയാർദ്രമാക്കി?!

ആശാൻ സ്ക്വയർ

അങ്ങനെ കൈവന്നിതാ
സംസ്ഥാന തലസ്ഥാന-
ഭംഗികൾ നുകരുവാൻ
ഭാഗ്യമിന്നനായാസം!

പീടികത്തിണ്ണയിൽ ഞാ-
നിരിക്കുമ്പോൾ ലക്ഷ്വറി-
വീഡിയോ കോച്ചൊന്നെന്റെ
മുന്നിൽ വന്നടുക്കയായ്.

പാർട്ടിതൻ പ്രതിഷേധ
ജാഥയാണത്രെ; മറു-
വാക്കുരിയാടീടാതെ
വണ്ടിയിൽച്ചാടീ ഞാനും!

കാര്യമെന്താണെന്നാരും
ചൊന്നീലിങ്ങെത്തുംവരെ;
ആരായാൻ മുതിർന്നീല
പാർട്ടിയേതാണെന്നതും!

മടങ്ങുംമുമ്പീ തല-
സ്ഥാനമൊന്നാകെച്ചുറ്റി-

ക്കറങ്ങീടാമെന്നതാം
        വാഗ്ദാനം മാത്രം കേട്ടേൻ!

അങ്ങനെ കൈവന്നിതാ
        സംസ്ഥാന തലസ്ഥാന-
ഭംഗികൾ നുകരുവാൻ
        ഭാഗ്യമപ്രതീക്ഷിതം!

2

*ആശാൻ സ്ക്വയറിൻ മുന്നിൽ
        നിന്നത്രെ പ്രക്ഷോഭത്തി-
ന്നാരംഭം; ഞാനാ പാർക്കി-
        ന്നോരത്തായല്ലോ നില്പൂ.

അന്തരീക്ഷത്തിൽ വിരൽ
        ചൂണ്ടിനിന്നെന്തോ ചൊല്ലും
വെങ്കലപ്രതിമയൊ-
        ന്നുണ്ടതിൻ മദ്ധ്യത്തിങ്കൽ.

ആരിതെന്നോർക്കേ സഹ-
        യാത്രികൻ ചൊല്ലി: "കാലം
ആദരാൽ സമ്മാനിച്ച
        സ്നേഹഗായക, നാശാൻ!

മൂഢവിശ്വാസങ്ങളും
        ഉച്ചനീചത്വങ്ങളും
നാടിതിൻ കരൾ കാർന്ന
        പോയ നൂറ്റാണ്ടിൽ, തന്റെ

തൂലികത്തുമ്പാലനാ-
        ചാരങ്ങൾക്കെതിർനിന്നു
നീളവേ പൊരുതിയ
        അക്ഷരപ്പോരാളിതാൻ!

* തിരുവനന്തപുരത്തെ കേരളസർവ്വകലാശാലാ ആസ്ഥാനത്തിനു മുന്നിലെ മഹാകവി കുമാരനാശാൻ സ്ക്വയർ. നഗരത്തിലെ പ്രതിഷേധപ്രകടനങ്ങളുടെയും ജാഥകളുടെയും ആരംഭസ്ഥാനം.

അഹമ്മദ് ഖാൻ

'മാറ്റുവിൻ ചട്ടങ്ങളെ',
യെന്നു ദിഗന്തങ്ങളിൽ
മാറ്റൊലിക്കൊള്ളുമാറുദ്-
ഘോഷിച്ച മഹാശയൻ!"

ജാഥ തുടങ്ങീ; കേൾപ്പൂ:
'ആചാരം സംരക്ഷിക്കാൻ
ജീവനും വെടിയു'മെ-
ന്നല്ലി ചൊല്ലുന്നിക്കൂട്ടർ?!

മിന്നാമിന്നി

ഇന്നുമോർക്കുന്നു ഞാ, നെൻ മകൾതൻ പ്രായ-
മൊന്നരയോടടുക്കുന്ന കാലം;
അന്നൊരു രാത്രിയിൽ മുറ്റത്തു ഞാൻ നില്ക്കെ
വന്നൊരു മിന്നാമിനുങ്ങ് മുന്നിൽ!
അത്ഭുതം! ആവക ദൃശ്യങ്ങൾ ദുർല്ലഭം
കയ്പെഴും പട്ടണജീവിതത്തിൽ.
മോൾക്കുമാ വിസ്മയം കാട്ടുവാനുള്ളോരു
മോഹമോടുള്ളിലേക്കോടി വേഗം
ഒക്കത്തെവളെയും കൂട്ടിയിറങ്ങവേ
കഷ്ട, മതെങ്ങോ പറന്നുപോയി!
പ്ലാവിലും തെങ്ങിൽ കവുങ്ങിലും മൂവാണ്ടൻ
മാവിലും പിച്ചകവല്ലിയിലും
ഒക്കെയലഞ്ഞുനടക്കയാ, യാകാംക്ഷ
തിക്കിത്തിരക്കുന്ന നാലുകൺകൾ!
കണ്ടില്ല, കണ്ണിൽപ്പെടാതെയിരിക്കുവാ-
നുണ്ടല്ലോ വിദ്യയതിന്റെ പക്കൽ.

മറ്റെങ്ങോ പോയെന്നു ഞാൻ നിനയ്ക്കെ, കിണർ-
വക്കത്തതാ കാൺമു പൊൻവെളിച്ചം!
മെല്ലെപ്പറന്നു പി,ന്നാദ്യുതി പിച്ചക-
ച്ചില്ലമേൽവന്നു പതിഞ്ഞിരിക്കെ
കണ്ടു ഞാൻ പുത്രിതൻ കൺകളിൽ, കൗതുകം
രണ്ടു മിന്നാമിന്നിയായ് തിളങ്ങി!
ആവിധമാ നയനങ്ങളിൽ ജിജ്ഞാസ

പൂവിടും സൗന്ദര്യമെത്രവട്ടം,
പിന്നെയുമാസ്വദിച്ചേ; നെന്റെ വാഴ്വിതിൻ
ധന്യമാം മാത്രകളാണതെല്ലാം!

കൗമാരമിന്നു കടന്നൊരെൻ പുത്രിതൻ
കൗതുകങ്ങൾ പുതുവർണ്ണങ്ങളാൽ
മാറ്റിവരയ്ക്കുന്നു കാല, മതിന്റെ പൊൻ–
മാന്ത്രികത്തൂവലാ; ലെന്നാകിലും,
എന്നുമുണ്ടായെങ്കിലാ ഹൃത്തി,ലൂഴിയും
വിണ്ണും പ്രണയിച്ചിടുന്നൊരുണ്ണി!
എന്നുമുണ്ടായെങ്കിലാ മിഴിപ്പൂക്കളിൽ
അന്നു ഞാൻ കണ്ട മിന്നാമിന്നികൾ!!

*കനകസിംഹാസനം

ഇല്ല നിനക്കറിയില്ലയെന്നോ, ലോക-
രെല്ലാരുമാദരിച്ചീടുമെന്നെ?
എൻ ധനം? സ്വാധീന? മെന്നപ്രമാദിത്വം?
എന്തിനും പോന്നൊരെൻ ശാസനങ്ങൾ?
വിണ്ണും നമിക്കുമധികാരപീഠവും?
ഒന്നും നിനക്കറിയില്ലയെന്നോ!
എന്തേ മൊഴിഞ്ഞു നീ? ശ്രേഷ്ഠമെന്നോതുവാ-
നെന്തുണ്ടെനിക്കെന്നോ!? ധിക്കാരി നീ!
എങ്ങുപോയെന്നംഗരക്ഷകർ? തോക്കുകൾ?
എങ്ങുപോയ് ഷെല്ലുകൾ? റോക്കറ്റുകൾ?
എന്നും സുരക്ഷയൊരുക്കുവാൻ നിർമ്മിച്ചൊ-
രണ്വായുധങ്ങളും? ആരവിടെ!

* കൊറോണ വൈറസിനുമുന്നിൽ സാമ്രാജ്യത്വശക്തികൾപോലും നിസ്സഹായരായപ്പോൾ

കറുത്ത സന്ധ്യ

പകലിൻ വെൺപാടങ്ങൾ
താണ്ടിയന്തിയിൽ, ബാല്യം
പഠനം തുടങ്ങിയ
പട്ടണമടുക്കവേ

യാത്രയേകിയ ക്ഷീണ-
മാകെയും മറന്നു ഞാൻ
ആദ്യവിദ്യാലയത്തി-
ന്നോർമ്മകൾ തളിർക്കവേ!

ക്ലേശപൂർണ്ണമാ നാൾക-
ളെങ്കിലും സ്വപ്നം കാണാൻ,
ആശിക്കാൻ പഠിച്ചതീ
സ്കൂൾ ദിനങ്ങളിലല്ലോ.

കുട്ടികളേറെപ്പേരും
ദാരിദ്ര്യപ്പിശാചിന്റെ
ഉറ്റബന്ധുക്കൾ, ചേരി-
ക്കുടിലിൻ സന്താനങ്ങൾ.

കുറുമ്പും കുന്നായ്മയും
കൂടുമിത്തിരി, യെന്നാൽ

കുറവില്ലവർക്കുള്ളിൽ
സ്നേഹ സാഹോദര്യങ്ങൾ.

ഉപ്പുമാവത്രെ ലക്ഷ്യം
പലർക്കും; പഠിക്കുവാൻ
കെൽപെഴുന്നോരും ചിലർ
കണ്ടിരുന്നങ്ങിങ്ങായി.

കറുമ്പൻ തോമസ്, നിത്യം
വൈകിയെത്തുവോൾ ലക്ഷ്മി,
മറവിക്കാരൻ നവാസ്,
നർത്തകി രാജേശ്വരി...

ആ കളിച്ചങ്ങാതിമാ-
രെങ്ങുപോയ്? വാഴ്‌വിൻ പുതു-
ലോകങ്ങൾ തുറന്നവർ
നാട്ടിയോ ജയക്കൊടി?

അല്ലെങ്കിൽ, നിരാർദ്രമാം
ജീവിതത്തോടിന്നവർ
സുല്ലിട്ടാ വഴിക്കെങ്ങോ
വീണുപോയിട്ടുണ്ടാമോ!

ഈവിധമോരോന്നു ഞാ-
നോർത്തിരിക്കവേ നിന്നു
തീവണ്ടി; തിക്കിത്തിര-
ക്കുന്നു യാത്രികരെങ്ങും.

മാത്രകൾ കഴിഞ്ഞൊരു
കൂവലാൽ മന്ദം വണ്ടി
യാത്രതിരിക്കേ ജനൽ-
വാതിലിലൂടെക്കണ്ടേൻ;

ഒട്ടകലത്തായ് നിഴൽ
മൂടിയ മരച്ചോട്ടിൽ
നില്ക്കയാണൊരുവൾ, തൻ
മേനി വില്ക്കുവാൻ മാത്രം!

അഹമ്മദ് ഖാൻ

അരികത്തൊരു യുവാ–
വിംഗിതം പ്രകടിപ്പി–
ച്ചവളോടോതുന്നെന്തോ;
വിലപേശുകയാവാം.

അപ്പൊഴാ മുഖത്തൊരു
പുഞ്ചിരി പരന്നതി–
ന്നൊപ്പമാ നുണക്കുഴി–
ക്കവിളും തുടുക്കവേ।

ഒരുവേളയെന്നുയിർ
പിടഞ്ഞു! അവൾക്കെന്റെ
സഹപാഠിതൻ മുഖ–
ച്ഛായതാനല്ലീ?! തമ്മിൽ

പങ്കുവെച്ചീടാനരു–
താത്തതാം സ്വകാര്യവും
പണ്ടുമെന്നോടോതുന്ന
പാവമാം സുഹൃത്തവൾ!

പെങ്ങളില്ലാത്തോരെന്റെ
പെങ്ങളായിരുന്നവൾ;
തങ്ങളിൽ കണ്ടില്ല, സ്കൂൾ
വിട്ടതിൽപ്പിന്നീടെങ്ങും.

'പിഴച്ചാണെന്നെപ്പെറ്റ–
തമ്മ,യീ ഞാനും നാളെ
പിഴയ്ക്കേണ്ടതാം വഴി–
യതുതാ; നെൻ ദുർവ്വിധി!'

ഒരിക്കൽ പറഞ്ഞതി–
ന്നോർപ്പു ഞാ;നതിൻ പൊരുൾ
ഗ്രഹിക്കാൻ കഴിഞ്ഞീല,–
ന്നെങ്കിലുമീ വേഷത്തിൽ

എന്തിന്നു വന്നു നീയെൻ
സോദരീ കണ്ണിൻമുന്നിൽ?
നെഞ്ചിലൂടല്ലീ വണ്ടി
കുതിച്ചു പായുന്നിപ്പോൾ!

ക്ഷിപ്രവാർദ്ധക്യം

അമ്മയ്ക്കറുപത്തിയഞ്ചായ വേളയിൽ
ഇമ്മകനിങ്ങനെ ചൊല്ലി:
"മക്കളീ ഞങ്ങൾ മരിക്കുന്ന കാലത്തും
ദുഃഖങ്ങളേതുമില്ലാതെ
ഞങ്ങടെയമ്മയുണ്ടാകണം വെട്ടമാ-
യന്നുമിതുപോലെയൊപ്പം.
അമ്മയുണ്ടെന്ന സന്തോഷമോടപ്പൊഴും
ഇമ്മണ്ണൊഴിയുവാനായാൽ
വേറെന്തു പുണ്യ, മീ ജന്മം സഫലമായ്
മാറുവാൻ ഞങ്ങൾക്കു വേണ്ടൂ!"
നേർത്തവിഷാദസ്മിതവുമായ്, തൻ പാതി-
നേത്രമടച്ചുകൊണ്ടമ്മ
ചൊല്ലിനാൾ: "കൊള്ളാമീയാഗ്രഹ, മെങ്കിലും
അന്നേരമമ്മയുണ്ടാമോ!
അല്ലേലും, മക്കൾ മരിപ്പോളം ജിവിപ്പാ-
നില്ലൊരു ജീവിക്കും മോഹം.
ഏറെ വൈകാതിനി യാത്രചൊല്ലീടണം;
വേറെയില്ലാഗ്രഹമൊന്നും."
ആയതിൻ കാരണം കൂടി, ക്കവിൾതുട-
ച്ചാ മാതൃവാത്സല്യമോതി:
"വൈകിയാൽ, നിങ്ങൾ നരയ്ക്കുന്നതും പ്രായ-
മാകുന്നതും കണ്ടുവേണം
ഞാൻ നാൾ കഴിക്കാ;നതൊന്നുമീയമ്മയ്ക്കു

താങ്ങുവാൻ കെല്പില്ല തെല്ലും.
ഒക്കത്തെടുത്തു നടന്നൊരെൻ മക്കളെ
വൃദ്ധരായ് കാണണമെന്നോ!
നിങ്ങളീയമ്മയ്ക്കു ചെല്ലക്കിടാവുകൾ;
എന്നും നിറയൗവനങ്ങൾ!
ആകയാലെത്രയും വേഗം മടങ്ങണം
ആർക്കുമുപദ്രവമെന്യേ."

പിന്നൊരു വർഷം കടക്കുവാൻ കാക്കാതെ
നിന്നാശപോൽ കണ്ണടയ്ക്കേ
ഞങ്ങളറിഞ്ഞു നിൻ സ്നേഹാർദ്രചിത്തത്തിൻ
നന്മതൻ സൂര്യത്തെളിച്ചം!
ആ നിമിഷം മുതൽ നിൻ ചുണക്കുട്ടികൾ
ഹാ, വൃദ്ധരായ്ത്തീർന്നുവെന്നും!!

*യൂറോപ്പിലെ കാഴ്ചബംഗ്ലാവ്

കൂട്ടരേ ഭൂമിത–
          ന്നങ്ങേപ്പുറത്തേക്കു
യാത്ര തിരിച്ചതി–
          ന്നഞ്ചാം ദിനത്തിൽ ഹാ

ഓർപ്പതില്ലേ, ഒരു
          വേള നാം ലജ്ജയാൽ
തീർത്തും വിഷണ്ണരായ്
          താണുപോയില്ലയോ?

മഞ്ഞിൻ മണിക–
          ളടർന്നുതുടങ്ങിയ
സുന്ദര സായന്തന–
          ത്തിൽ, പരസ്പരം

കാഴ്ചകൾതൻ വിസ്മ–
          യങ്ങളോതീടുവാൻ
വാക്കുകളില്ലാതെ
          നാം കൺമിഴിക്കവേ

---

* യൂറോപ്പ് സന്ദർശനവേളയിലെ ഒരനുഭവം.

അഹമ്മദ് ഖാൻ

ഗൈഡിന്റെ ശബ്ദം
മുഴങ്ങി: "നാം മറ്റൊരു
കൗതുകത്തിൻ മുന്നി–
ലെത്തുകയായിതാ!

കാണാം നമുക്കൊരു
കാഴ്ചബംഗ്ലാവിനി;
ക്ഷീണമകറ്റുവാ–
നുണ്ടു റെസ്റ്റോറന്റും!"

ഏതോ പഴയ–
കാലത്തു നിർമ്മിച്ചതാം
ചേതോഹരമൊരു
മന്ദിരം കണ്ടു നാം;

പിന്നതിൻ പാർശ്വത്തെ
ഭക്ഷണശാലയിൽ–
നിന്നുമെന്തോ രുചി–
ച്ചുള്ളിൽക്കടക്കവേ

കണ്ണിന്നൊരുത്സവ–
മേകി ക്ഷണിക്കുന്നു
മുന്നിലപൂർവ്വ–
പുരാവസ്തുശേഖരം!

നാടിന്റെ സംസ്കാര–
മുദ്രകൾ, സാഹിത്യ–
നായകർതന്നെഴു–
ത്താണികൾ, പൊയ്പ്പോയ

കാലം നടന്ന
പഥങ്ങ, ളരചർതൻ
വാളും പരിചയും
വാദ്യവൈവിദ്ധ്യവും...

പാശ്ചാത്യസംസ്കൃതി–
തന്നീടുവെപ്പുക–
ളാഹ്ലാദമോടെ നാം
കണ്ടിറങ്ങീടവേ

ആ വഴികാട്ടി
പറഞ്ഞു മൃദുസ്മിതം:
"കൗതുകമിക്കണ്ട-
തൊന്നുമല്ലൊന്നുമേ;

ഏതാനുമാണ്ടുകൾ
മുന്നമീ മന്ദിരം
ദേവാലയമായി-
രുന്നെന്നറിയുമോ?"

ഇന്ത്യയിൽനിന്നുള്ള
സന്ദർശകർ നമ്മ,-
ളെന്തിതെന്നത്ഭുതം
കൂറവേ ചൊന്നയാൾ:

"ഇന്നില്ല ദൈവത്തിൽ,
പ്രാർത്ഥനാകർമ്മത്തി-
ലൊന്നിലും ആർക്കു-
മുത്സാഹ, മുന്മാദവും;

ഇല്ല ദൈവങ്ങളെ-
ച്ചൊല്ലിക്കലാപങ്ങൾ;
പള്ളിക്കുവേണ്ടി
വിശ്വാസിതൻ പോർവിളി!

ആരും വരാതെ-
യനാഥമായ്ത്തീർന്നതാം
ആരാധനാലയ-
മൊക്കെയീ ദേശത്ത്

ആസ്പത്രി, മ്യൂസിയം,
റെസ്റ്റോറന്റിങ്ങനെ
ആവശ്യവസ്തുക്കളായ്
മുഖം മാറുന്നു!

ഈ വിവേകത്താ-
ലുദിക്കുന്ന ശാന്തിയും
വാഴ്വിതമൂല്യമാ-
ണെന്നൊരാ പാഠവും

അഹമ്മദ് ഖാൻ

അദ്ധ്വാനശീലവും
ചേർന്നതാണീ നാടി-
ന്നഭ്യുന്നതിതൻ
വിജയമന്ത്രാക്ഷരം!"

ആ പുതുവാർത്ത
ശ്രവിക്കവേ കൂട്ടരേ
നാം തലതാഴ്ത്തിയ-
തോർമ്മയിൽ മായുമോ!

അക്ഷരം

അഞ്ചാംതരം പഠിക്കവേ
കൈയക്ഷരമത്സരത്തിൽ
ഒന്നാംസ്ഥാനമെനിക്കായി–
രുന്നെന്നു ഞാൻ ചൊല്ലിക്കേൾക്കേ
കമ്പ്യൂട്ടറിൽ ശടപടാ
ടൈപ്പു ചെയ്തങ്ങിരിക്കുമാ
പുത്രനാരായുന്നു: "അതിൻ
സമ്മാനമെന്തായിരുന്നു?"
അർത്ഥം വെച്ചൂറിച്ചിരിച്ചോ
ആരാഞ്ഞിടുന്നവൻ വീണ്ടും:
"ഫ്ളാറ്റോ? കാറോ? കാശ്മീർ ടൂറോ?
ലക്ഷങ്ങൾതൻ ചെക്കോ? ബൈക്കോ?"

മറ്റു വിദ്യാർത്ഥികളൊക്കെ
ഒട്ടൊരസൂയയുമായി
നോക്കിനില്ക്കെ സാഭിമാനം
നീട്ടിയൊരെൻ കൈത്തലത്തിൽ
മൂട്ടിൽ റബ്ബർ പതിച്ചതാം
ചിത്രഭംഗിയെഴുന്നൊരു
പെൻസിൽ, ലില്ലിടീച്ചർതന്ന
രംഗമുള്ളിൽ തെളിയുന്നു!
അന്നത്തെയാ ഹർഷം തെല്ലും
മങ്ങിയിട്ടില്ലെന്നോതവേ

പൊട്ടിച്ചിരിക്കുന്നു മകൻ;
നിർത്തിപ്പറയുന്നു പിന്നെ:
"അയ്യേ! ഒരു പെൻസിലിന്നായ്
മാത്രമായിരുന്നോ? പാവം,
കഷ്ടപ്പെട്ടാ കൈയക്ഷരം
നന്നാക്കുവാൻ മിനക്കെട്ടു!"
വീണ്ടും ചിരി മുഴങ്ങവേ
കീ ബോർഡവൻ സ്പർശിക്കവേ
മോണിറ്ററിൽ നിരക്കുന്നു
ചേണുറ്റതാമക്ഷരങ്ങൾ!

കാക്കത്തമ്പുരാട്ടി

ഞായറിന്നാലസ്യമോടെ ഞാൻ രാവിലെ
പ്രാതൽ കഴിക്കാനിരിക്കെ

മുറ്റത്തുവന്നൊരു കാക്കച്ചി കൈയിലെ
പുട്ടിലേക്കുറ്റുനോക്കുന്നു.

ഇത്തിരി ഞാനതിൽനിന്നുമടർത്തിയാ
പക്ഷിക്കെറിഞ്ഞുകൊടുക്കെ

താളത്തിൽ മുന്നോട്ടു വന്നവൾ ഹൃദ്യമായ്
നാലഞ്ചുവട്ടം ചെരിഞ്ഞും

പിന്നെയെൻ കണ്ണിലും നന്ദിയാൽ നോക്കിയാ
അന്നമെടുത്തു പറന്നു.

ഒട്ടു കഴിഞ്ഞവൾ വീണ്ടുമെത്തുന്നിതാ;
ഉച്ചത്തിൽ കാറുന്നിതെന്തോ!

പണ്ടെന്റെ കൈയിൽനിന്നുണ്ണിയപ്പം തട്ടി-
ക്കൊണ്ടുപോയ് നീ, യോർമ്മയുണ്ടോ?

കുഞ്ഞായിരുന്ന നാൾ വീടിന്റെയുമ്മറ-
ത്തിണ്ണയിൽ ഞാനന്നുനില്ക്കെ

പിന്നിലൂടമ്പുപോൽ വന്നെന്റെ സ്വാദെഴും
ഉണ്ണിയപ്പം നീ കവർന്നു!

നിൻ നഖപ്പാടുകൾ മായുവാനാശിച്ച–
തൊന്നല്ല വർഷങ്ങളേറെ!

എങ്കിലുമിന്നു നിന്നോടില്ലൊരല്പവും
സങ്കട, ദ്വേഷങ്ങളേതും.

നീയെന്റെ നല്ലയൽവാസിയാണെന്നതു
നാമിരുവർക്കുമറിയാം.

വീടിന്റെ പിന്നിലെ തെങ്ങിലല്ലീ നിന്റെ
കൂടും കുടുംബവും പെണ്ണേ?

കാറ്റും മഴയുമേല്ക്കാതെ നിൻകുഞ്ഞിനെ
പോറ്റുവാൻ കൂടൊന്നൊരുക്കാൻ

ഏതാനും നാളുകൾ മുന്നം പറമ്പിലെ
നാരുകൾ ശേഖരിക്കും നിൻ

മാതൃത്വം നോക്കി ഞാനാസ്വദി; ച്ചന്നെന്റെ
മാതാവിനെക്കണ്ടു വീണ്ടും!

ആദ്യം ഞാൻ നല്കിയോരന്നം നീ കൊണ്ടുപോയ്
കൂട്ടിലെക്കുഞ്ഞിനോ നല്കി?

പോരെന്നോ കുഞ്ഞിൻ പരാതി? ഹാ വാഴ്‌വിലെ
നേരീ വിശപ്പൊന്നതല്ലീ!

പാത്രത്തിൽ നിന്നല്പം വീണ്ടുമെടുത്തു ഞാൻ
നീട്ടിയെറിയാനൊരുങ്ങെ

ഒക്കെയും കണ്ടുകൊണ്ടെത്തിയ പത്നിയോ
അർത്ഥംവെച്ചൊന്നു മുരണ്ടു!

“പാവമാപ്പക്ഷിയും ഭൂമിപെറ്റുള്ളോരു
ജീവിയല്ലേ? കുഞ്ഞുമില്ലേ!

കാളും വിശപ്പാറ്റുവാൻ കഴിയുന്നതെ-
ക്കാളുമുണ്ടോ വല്യപുണ്യം!"

ഈ നറുവാക്കുകൾ കേൾക്കെയെൻ പത്നിയിൽ
പൂവിടുന്നു മൃദുസ്മേരം!

എങ്കിലും കാര്യങ്ങൾ പന്തിയല്ലെ, ന്നതു
ശങ്കിച്ചോ; കാക്ക പോയെങ്ങോ!

ഗാന്ധിപ്പാർക്കിലെ സൂര്യോദയം

ഓർക്കാപ്പുറത്തുവന്നെത്തിയതാം
കാറ്റിൽ, മഴയിൽ നിന്നോടി ഞാനീ
പട്ടണമദ്ധ്യത്തെപ്പാർക്കിനുള്ളിൽ
കിട്ടിയോരല്പമിടത്തിലേവം
നില്ക്കുന്നു; നാശം, മഴയിതെപ്പോൾ
നില്ക്കു? മറിവീല; വൈകി നേരം!

പാർക്കിലെ ഗാന്ധിപ്രതിമതന്റെ
ചോട്ടിലായ് രാഷ്ട്രീയനേതാവൊരാൾ
സ്വാതന്ത്ര്യപൂർവ്വചരിത്രമോതി
ശ്രോതാക്കളിൽ കുളിരേകിടുന്നു!
"പോയ തലമുറ കണ്ടസ്വപ്നം
പൂവണിഞ്ഞീടുമീ നമ്മിലൂടെ;
ചേരുവിൻ പ്രക്ഷോഭജാഥയിതിൽ;
ദൂരെയല്ലാ നവസൂര്യോദയം!"
തിങ്ങിനിറഞ്ഞ ജനാവലിയിൽ
പൊങ്ങുന്നിടയ്ക്കിടെ ഹർഷാരവം.
വാക്കിന്റെ മന്ത്രസ്വരത്തിൽ മുങ്ങി
വീട്ടിലെക്കാര്യവും ഞാൻ മറന്നു!
"ദുഃഖിതരില്ലാത്ത മാതൃഭൂവിൻ
സൃഷ്ടിയെന്നുള്ളതാം ലക്ഷ്യമോടെ
പോരാടും കക്ഷിയെ പിന്തുണയ്ക്കിൻ;
ദൂരെയല്ലാ പുതുപൊൻപുലരി!"

രാഷ്ട്രാഭിവൃദ്ധിതൻ നാൾകൾ പിന്നെ
ഓർത്തിരുന്നല്പം മയങ്ങിയോ ഞാൻ?
ഞെട്ടിയുണരവേ ബാലസൂര്യൻ
ഒട്ടകലത്തായ് ചിരിച്ചുനില്പൂ!
എത്തിയെന്നോ നവസൂര്യോദയം?
ചുറ്റും തിരഞ്ഞുപിടഞ്ഞെണീക്കേ
മറ്റാരുമില്ലില്ല, പാർക്കിലെഴും
ചപ്പുചവറുകൾ തൂത്തുവാരാൻ
എത്തിയ സോദരി മാത്ര!; മെന്റെ
ഇത്തിരിക്കാശും കവർന്നതാരോ!?

*ഹോട്ട് കോഫി

"ഹോട്ട് കോഫിയാണോ പ്രിയം? കോൾഡ് കോഫിയോ?"
ചോദ്യമിതെത്തവേ തെല്ലുനേരം
ഉത്തരം തപ്പി ഞാ; നെത്രവേഗം പ്രിയ-
പ്പെട്ട കവിയെന്റെ ചങ്ങാതിയായ്!
കാവ്യരംഗത്തൊരു ബാലനാമെന്നുടെ
നാലക്ഷരമേതോ വാരികയിൽ
വായിച്ച സന്തോഷം പങ്കുവെച്ചീടുവാൻ;
നേരിട്ടുകണ്ടഭിനന്ദിക്കുവാൻ
വീട്ടിലേക്കെന്നെ ക്ഷണിച്ചതാ; ണാരെയും
പാട്ടിലാക്കും നർമ്മകാവ്യരാജൻ!
ആദ്യമായാ പൂമുഖത്തു ഞാനെത്തിയ
മാത്രയിൽത്തന്നെ വിളിച്ചിരുത്തി
ചോദ്യം തൊടുത്തു: "കുടിക്കുവാൻ താങ്കൾക്കു
ഹോട്ട് കോഫിയോ വേണ്ടൂ; കോൾഡ് വേണോ?"
അന്നോളം ദൂരെനിന്നാരാധനയോടെ
കണ്ണടയ്ക്കാതെ ഞാനാസ്വദിച്ച
അക്ഷരശ്രീയുടെ മുന്നിലിരിക്കയോ?
വിശ്വസിപ്പാൻ വയ്യ; ഹോട്ട്കോഫിയും!
ആ നർമ്മഭാഷണം കേട്ടുപി, ന്നെത്രമേൽ
നേരം കടന്നുവെന്നോർമ്മയില്ല!
ഹൃദ്യമാമാതിഥേയത്വവും വാത്സല്യ-

---

* കവി ചെമ്മനം ചാക്കോയുമായുള്ള ആദ്യ കൂടിക്കാഴ്ചയെ അനുസ്മരിച്ച്.

മുഗ്ധമാമാശിസ്സുമേറ്റുവാങ്ങി
യാത്രപറഞ്ഞിറങ്ങീടവേ, ആ കവി–
ശ്രേഷ്ഠൻ ദൃഢസ്വരമോടെ ചൊല്ലി:
"ചുറ്റുമധർമ്മം പെരുകവേ, നിശ്ചല–
ശില്പമായ് മിണ്ടാതിരുന്നിടായ്ക!
സ്വാർത്ഥത, കാപട്യ, മന്ധവിശ്വാസങ്ങൾ,
ചീർത്തോരഴിമതി, ചൂഷണങ്ങൾ...
ഈ ദുഷ്ടശക്തികളെന്നും ഭയക്കുന്ന
പീരങ്കിയാകട്ടെ നിൻ തൂലിക!
സത്യത്തെ ദൈവമായ് കാണണ, മാ വഴി
യുക്തിയെച്ചങ്ങാതിയാക്കിടേണം.
നന്മതൻ പക്ഷത്തുറച്ചുനിന്നീടണം"
ചെമ്മനമേവം തുടർന്നു ചൊല്ലി:
"ഭോഷത്തരങ്ങൾക്കെതിരേ നിൻ ധാർമ്മിക–
രോഷം ജ്വലിക്കട്ടെ ഹോട്ട്കോഫി പോൽ!"

മടക്കം

സ്വപ്നങ്ങളെല്ലാം വെടി–
ഞ്ഞെന്റെ ചങ്ങാതിയിന്നി–
ങ്ങെത്തി തൻ പ്രിയമെഴും
ഗ്രാമത്തിൽ, സ്വഗേഹത്തിൽ!

നാട്ടുകാ, രയൽക്കാരാം
ബന്ധുമിത്രങ്ങൾ, പിന്നെ
വോട്ടുകളുന്നം വയ്ക്കും
രാഷ്ട്രീയത്തൊഴിലാളർ,

വാർത്തകൾക്കുയിരേകാൻ
മത്സരിച്ചോടും ദൃശ്യ–
മാധ്യമക്കാരും കുതി–
ച്ചെത്തുവാൻ തുടങ്ങയായ്!

പാതിയിൽ പണിതീർത്ത
വീടതിൻ മുറ്റത്തൊരു
പായ നീർത്തുന്നു; മൃദു–
ദേഹത്തെക്കിടത്തുന്നു!

'മാതൃരാജ്യത്തെക്കാക്കാൻ
പ്രാണനും സമർപ്പിച്ച

മാതൃകാപുത്രൻ!' 'വീര–
മൃത്യുവെപ്പുണർന്നവൻ!'

'ജീവിച്ചാലിതേവിധ–
മാകണം; മരിച്ചാലും
ഈവിധം വേണം!' 'നാടി–
ന്നഭിമാനമാണിവൻ!'

ദേശസ്നേഹത്താൽ പ്രചോ–
ദിതരാം ജനം ചൊൽവൂ:
'നാശകാലമായ്, ശത്രു–
രാഷ്ട്രമോർക്കുകിൽ കൊള്ളാം!'

അമ്മയെ, ചങ്ങാതിതൻ
പത്നിയെ, അമ്മിഞ്ഞപ്പാൽ–
തൻമണം മാറാക്കുരു–
ന്നുണ്ണിയെക്കണ്ണാലുഴി–

ഞ്ഞോതുന്നു ചിലർ സഹ–
താപവാക്കുകൾ; ചിലർ
കൈവരും 'നേട്ടങ്ങ'ളെ–
യെണ്ണിയൂറ്റമാളുന്നു!

ആചാരാദരങ്ങളോ–
ടാ ജഡമെടുത്തു, ഹാ
ആളുമഗ്നിനാളങ്ങൾ–
ക്കന്നമായർപ്പിക്കവേ

ഒന്നരക്കൊല്ലം മുന്നം
യാത്രചോദിക്കുന്നേരം
ചൊന്നതെന്നുള്ളം കുത്തി–
പ്പിളർക്കുന്നല്ലോ വീണ്ടും!

'നമ്മുടെ നാടും, ഗ്രാമ–
ഭംഗി, യുത്സവങ്ങളും,
നമ്മൾതൻ സൗഹാർദ്ദങ്ങൾ,
കാവ്യസായാഹ്നങ്ങളും...

ഒക്കെയോർക്കുമ്പോൾ നോവു,–
ന്നെങ്കിലും, തൊഴിൽ വേറെ

അഹമ്മദ് ഖാൻ

കിട്ടുവാനിടയില്ലി,-
ല്ലാകയാൽ മാത്രം തോഴാ!

കൂരയൊന്നൊരുക്കേണ-
മമ്മതൻ ചികിത്സയും
ഭാര്യതൻ പണ്ടങ്ങളും
വീണ്ടെടുക്കേണം ക്രമാൽ.

വാക്കിനെ സ്നേഹിച്ച ഞാൻ
കൈയിലേന്തട്ടേ, യിനി
തോ; ക്കതിൽനിന്നും വെടി
മുഴങ്ങാതിരുന്നെങ്കിൽ!'

ഓണരാവിൽ

ഓണത്തിനക്കൊല്ലം
പട്ടണക്കാഴ്ചകൾ
കാണുവാൻ പോയി, നാം
രാത്രി മടങ്ങവേ
പുത്തൻ ചലച്ചിത്ര-
ഗാനങ്ങൾ കോർത്തൊരാ
നൃത്തവിരുന്നിനെ
ആയിരം നാവിനാൽ
വാഴ്ത്തിയും, വീഥിയെ
പൂനിലാപ്പട്ടാട
ചാർത്തിയ വൈദ്യുത-
ദീപവിതാനത്തെ
കണ്ണാൽ മുകർന്നും
നടക്കവേ കേൾക്കയായ്
പിന്നിൽ: "ആരെങ്കിലും
വാങ്ങണേ മക്കളേ!"
തെല്ല് വിറയാർന്ന
ശബ്ദത്തിൽ പാവ, മൊ-
രല്ലലിൻ നേർപ്രതി-
രൂപമാം മുത്തശ്ശി

അഹമ്മദ് ഖാൻ

ഏതോ പലഹാരം
വില്പനയ്ക്കായ് വെച്ചു
പാതയോരത്തിരു-
ന്നേറ്റം വിവശയായ്
ദീനസ്വരത്തിൽ
യാചിക്കയോ? "മക്കളേ
ഓണമാ, ണൊന്നിതു
വാങ്ങിമടങ്ങണേ...!"
ആ വിളി കേട്ടു ഞാൻ
നില്ക്കെയെൻ കൺകളിൽ
ആ വൃദ്ധമാതാവ്
നോക്കുന്നു സ്നേഹാർദ്രം.
"രാത്രി മുഴുവ-
നുറക്കമൊഴിഞ്ഞു ഞാൻ
തീർത്തതാ, ണൊന്നുമേ
വിറ്റില്ലിതേവരെ!"
നാലഞ്ചതിൽ നി-
ന്നെടുത്തു പൊതിഞ്ഞവർ
ചേലെഴും പുഞ്ചിരി-
യോടെ നല്കീടവേ
ഞാനതിന്നേകിയ
'പൊൻപണം' വാങ്ങി, തൻ
പ്രാണനിൽ ചേർത്തു
പ്രാർത്ഥിക്കയായെന്തിനോ!
പിന്നതിൽ നിന്നു-
മൊരെണ്ണം രുചിക്കവേ
എന്നെക്കുറിച്ചോർത്തു-
പോയൊരുവേള ഞാൻ!
ഒട്ടും പരിഷ്കൃത-
നല്ലാത്തൊരാളായി
കുട്ടികൾ, നീയും
കരുതിയോ?! ഇല്ലില്ല;

നിങ്ങളെൻ പക്കൽ–
നിന്നാ മൃദുപണ്ടത്തിൻ
പങ്കുവാങ്ങിക്കഴി–
ച്ചോതി: “എന്താ രുചി!”
വാസ്തവം! ആ സാധു–
മുത്തശ്ശിതൻ സ്നേഹ–
വാത്സല്യമല്ലി
പകർന്നതെൻ കൈകളിൽ?
വാഴ്‌വിന്റെ നൊമ്പരം
ചേർത്തുകുഴച്ചുള–
വായതാമന്നം
തരുന്നതുപോലുള്ള
മാധുര്യമുണ്ടാവു–
കില്ലൊരു കൂറ്റനാം
മാളുകൾ നല്കുന്ന
ബ്രാൻഡഡ് പ്രൊഡക്ടിനും!

കൃതജ്ഞൻ

സമ്പന്നനാമയൽക്കാര-
നെന്റെ ഗ്രന്ഥശേഖരത്തെ
കണ്ടിട്ടത്ഭുതത്തോടോതി:
"കുറേയുണ്ടല്ലോ!
ഒക്കെപ്പണം കൊടുത്തുതാൻ
വാങ്ങിയതോ? ഏതെങ്കിലും
ചക്കാത്തിൽ തരപ്പെടുത്തി
കൊണ്ടുപോന്നതോ!
നാളെ വിറ്റാൽപ്പോലും തനി-
ക്കേറെ നഷ്ടം കൂടാതൊരു
ബാങ്ക്ബാലൻസ് കൈവന്നീടും;
തന്ത്രശാലി താൻ!
സ്വന്തം കാവ്യകൃതികൾതൻ
വില്പനയിൽനിന്നു പിന്നെ
കണ്ടമാനം പണം വേറെ
എത്തുന്നുമുണ്ടാം!
പണ്ട് സ്കൂളിൽ പഠിച്ചതിൻ
ശേഷമൊന്നും വായിക്കാൻ ഞാ-
നെന്തുകൊണ്ടോ ശ്രമിച്ചില്ല;
ഭാഗ്യ, മോർക്കുകിൽ!
ആർക്കെങ്കിലുമുറക്കത്തിൽ
തോന്നിയ കിറുക്കുകൾ നെ-

ഞ്ചേറ്റണോ നാം? പണമല്ലേ
ജീവിക്കാൻ വേണ്ടൂ!"

"പത്താംതരം പഠിച്ചതും
തെറ്റായെന്നോ തോന്നുന്നിപ്പോൾ?
അപ്പണവും പാഴായെന്നോ!"
ഌഞാൻ തിരക്കവേ,
"ഇല്ലില്ല," യെന്നയൽക്കാരൻ
ശീഘ്രമെണീ, റ്റഴകെഴും
ഗ്രന്ഥങ്ങളിൽ നിന്നുമൊന്നെ–
ടുത്തു മൊഴിഞ്ഞു:
"ഏതായാലുമിരിക്കട്ടെ
കൈയിലിതു; മൂഡുള്ളപ്പോൾ
വായിക്കാൻ ശ്രമിക്കാ; മിപ്പോ–
ളിറങ്ങട്ടേ ഞാൻ."
ഒരു കാവ്യരചനയ്ക്കു
വക തന്നോരയൽവാസി–
യ്ക്കകമേ കൃതജ്ഞത ഞാൻ
പറഞ്ഞയച്ചു!

ഈ സന്ധ്യകൂടി

പണ്ടൊക്കെ സ്നേഹിതാ ഈ കടൽത്തീരത്ത്
രണ്ടുപേർ നാ, മന്തിനേരങ്ങളിൽ
വന്നിരിക്കാറുള്ള കാലമതോർക്കവേ
ഇന്നും തിരയിളകീടുമുള്ളിൽ!
എത്രമേൽ സ്നേഹിച്ചു നാം ജീവിതത്തിനെ!
എത്രമേൽ നാമന്നതാസ്വദിച്ചു!!
അല്ലെങ്കി, ലൊന്നു നിനയ്ക്കുകിൽ, ജീവിച്ച-
തക്കാലമല്ലയോ അർത്ഥപൂർണ്ണം?

ഉണ്ടായിരുന്നില്ല നമ്മൾ വളർന്നൊരാ
മൺപുരയ്ക്കേറെ മനോഹാരിത.
ഉണ്ടായിരുന്നില്ല പേരുമാഢ്യത്വവും
സ്വന്തമാമേറെയില്ലായ്മയെന്യേ!
എങ്കിലും ദാരിദ്ര്യപീഡയിൽപ്പോലും നാം
എത്രമേൽ സമ്പന്നരായിരുന്നു!
നീറ്റും വിശപ്പിന്റെ തോളത്തിരുന്നു നാം
പാട്ടുകൾ പാടി രസിച്ച കാലം!
വിദ്യാലയത്തിലും നമ്മളിൽ കണ്ടില്ല
ചെറ്റുമേ പഞ്ഞത്തിന്നല്ലലാരും.
ആകെയുള്ളാ രണ്ടുടുപ്പുകൾ കൈമാറി
നാമന്നു തോല്പിച്ചു ദുർവ്വിധിയെ!

കാലം കുതിച്ചുപോയ്; ആയിടയ്ക്കെപ്പൊഴോ
നാലാളുകൾക്കൊപ്പമെത്തി നാമും!

മുന്തിയ ജോലിയും ഫ്ളാറ്റും കുടുംബവും
വണ്ടിയും ബാങ്കിലെ ബാക്കിനില്പും...
ഈവിധം പണ്ടു കിനാവു കാണാത്തതാം
ജീവിതം നമ്മൾക്കു സ്വന്തമായി!
ഒക്കെയും നേട്ടങ്ങളാണെങ്കിലും, ഇന്നു
മറ്റെന്തോ തേടുകയല്ലി നമ്മൾ?
അല്ലെങ്കി, ലല്ലിവയല്ല നേട്ടങ്ങളെ-
ന്നല്ലീ മൊഴിയുന്നു ഹൃത്തിലാരോ!
കൈവന്നതിൽ മെല്ലെ കൗതുകം ചോർന്നു, നാം
ഹാ വൃഥാ നോവുന്ന കാല്പനികർ!

കൊറ്റികൾ മാനത്ത് ചിത്രം വരച്ചുകൊ-
ണ്ടെത്താൻ കുതിക്കുന്നു നീഡങ്ങളിൽ.
നേരമായ്, നാമും മടങ്ങുക, ചുറ്റിലും
കൂരിരുൾ മൂടിത്തുടങ്ങയായി.
എന്നിനിക്കാണുമെന്നല്ലീ മനസ്സുകൾ
തങ്ങളിലാരാഞ്ഞിടുന്നു മൂകം?
ഇല്ലതിന്നുത്തരം, വാഴ്വിന്റെ സമ്പത്തിൽ
നല്ലൊരീ സന്ധ്യയെച്ചേർത്തുവെയ്ക്കാം!

കവിജന്മം

എത്രയും വിരസമാം
ദിനചര്യകൾക്കിട-
യ്ക്കെത്തിയീ തിയേറ്ററിൽ
ഒട്ടൊരാനന്ദം തേടി.
മക്കൾതൻ നടുവിലാ-
യിരിപ്പൂ ഞാൻ; പി,ന്നതി-
ന്നപ്പുറത്തായെൻ പത്നി;
എന്തൊരാഹ്ളാദവേള!
തിരക്കിട്ടെങ്ങോ പായും
പാച്ചിലിൽ ജീവിക്കുവാൻ
മറന്നേപോകും പാവം
മൂഢരാം ജേതാക്കൾ നാം!
ഉറ്റവർതൻ സാമീപ്യം
രുചിക്കും നിമിഷങ്ങൾ-
ഒക്കെയും കഴിയവേ
അവ താനല്ലീ ബാക്കി?

കഴിഞ്ഞു മൗനം; തിര-
ശ്ശീലയിൽ തെളിയുന്നു;
നിഴൽച്ചിത്രങ്ങൾ; മെല്ലെ
ഞാനതിൽ ലയിക്കുന്നു.
ഗ്രാമമൊ,ന്നതിൽ കുറെ
സാധുവാം കൃഷീവലർ;

പ്രേമവും നർമ്മങ്ങളും;
ആകെ ജോറത്രെ ചിത്രം!
രസിക്കാൻ കൈവന്നതാം
നിമിഷങ്ങളിൽ പൊട്ടി-
ച്ചിരിതൻ പടക്കങ്ങൾ
കത്തിപ്പൂ മക്കൾ രണ്ടും.
അവർതന്നാഹ്ലാദോല്ലാ-
സങ്ങൾ കണ്ടിരിക്കവേ
അതുതാനേറ്റം ഹൃദ്യ-
ദൃശ്യമെന്നറിയുന്നേൻ.
ഏറെ നേരത്തേക്കെന്നാൽ
നീണ്ടുനിന്നില്ല ഹർഷം,
മാറിമറിഞ്ഞു ക്രമാൽ
നായകൻതൻ ജീവിതം!
രോഗപീഡയും ഋണ-
ഭാരവും കൂടിച്ചേർന്നു
ശോകരാഗത്തിൻ പ്രതി-
രൂപമായ്ത്തീർന്നൂ പാവം!
ആരവമൊഴിഞ്ഞൊരാ
വേളയിലിടംവലം
ഏറെ കൗതുകാലെന്റെ
ജിജ്ഞാസ നോക്കീടവേ
ഒച്ചയേതുമില്ലാതായ്-
ത്തീർന്നൊരെൻ മക്കൾ കണ്ണീ-
രൊപ്പുന്നു! കഥയിതു
കാര്യമായ് കഴിഞ്ഞെന്നോ?!
കൗമാരം കടന്നൊരെൻ
പുത്രനന്നേരം മുഖം
കൈകളാൽ മറയ്ക്കുന്നു,
നാണത്താൽ കുനിക്കുന്നു.
കേവലം ചലച്ചിത്ര-
കഥയിൽ ലയിച്ചു ഞാൻ
ഈവിധം കരയാമോ?
കണ്ടുപോയല്ലോ അച്ഛൻ!
മുതിർന്നോനല്ലോ ഞാ;നീ
മായയിൽ സ്വയം മറ-
ന്നതിദുർബ്ബലനായി-
ക്കേഴുവാൻ പാടില്ലല്ലോ!

കൗമാരം പിന്നിട്ടൊരെൻ
പുത്രനാ മുഖം വീണ്ടും
കൈകളാൽ മറയ്ക്കുന്നു,
നാണത്താലൊളിക്കുന്നു!

ലജ്ജയെന്തിനെൻ മോനേ;
കരയാൻ, ചിരിക്കാനും
ചെറ്റുമേ മടിക്കേണ്ട,
മാനുഷരല്ലീ നമ്മൾ!
എന്നുമുണ്ടാകട്ടെ നി–
ന്നുള്ളിലീയനുതാപം
അന്യദുഃഖങ്ങൾ തന്റേ–
തെന്നതാമവബോധം.
എന്നുമീ ഹൃത്തിൽ വേണം
നിസ്വജീവിതങ്ങളെ
നെഞ്ചോടു ചേർക്കാനനു–
കമ്പയും കാരുണ്യവും.
നോവുകൾക്കാശ്വാസമായ്
മാറണം, കനിവെഴും
ജീവിതം രചിച്ചു നീ
കവിയായ് പുലരേണം....

സുതാര്യകവിതകൾ

അഭയകേന്ദ്രം

പ്രളയത്തിൽ മുങ്ങിയ
ക്ഷേത്രത്തിൽനിന്നു
ഒരുവിധം കരകേറിയോനും
പള്ളി തകർന്ന്
പരിക്കുകളോടെ രക്ഷപ്പെട്ടോനും
ഒടുവിൽ എത്തിച്ചേർന്നു,
വിശ്വാസങ്ങളുടെ ചെളി പുരളാത്ത

ദുരിതാശ്വാസകേന്ദ്രത്തിൽ.

അകമ്പടി

ബൈക്കപകടത്തിൽ മരിച്ച
യുവാവിന്റെ ശവഘോഷയാത്ര,

നൂറ്റൊന്നു ബൈക്കുകളുടെ
അകമ്പടിയോടെ.

പാദരക്ഷ

ദൈവവിശ്വാസികൾ
സത്യസന്ധരാണെന്നു
ബാപ്പ വാദിക്കുമായിരുന്നു.
എങ്കിലും
പള്ളിയിൽപോകുമ്പോഴെല്ലാം ധരിച്ചത്,

പഴയ ചെരിപ്പായിരുന്നു.

മഷിപ്പാട്

മഷിപുരട്ടാൻ നീട്ടിയ വിരൽനോക്കി
തിരഞ്ഞെടുപ്പുദ്യോഗസ്ഥൻ ചോദിച്ചു:
'ഒരു വോട്ട് ചെയ്ത
മഷിപ്പാട് കാണുന്നല്ലോ?'
നിസ്വനായ വൃദ്ധപൗരൻ പറഞ്ഞു:

'അത് അഞ്ചാണ്ട് മുമ്പത്തേതാ;
അന്ന് ഓട്ട് ചെയ്തതിന്റെ 'പാട്'
ഇനിയും പോയിട്ടില്ല സാറേ...'

എല്ലാം കാണുന്നവൻ

ക്ഷേത്രവഴിമദ്ധ്യേ
മാല പറിച്ചോടിയ മോഷ്ടാവിനോട്
മുത്തശ്ശി വിളിച്ചുപറഞ്ഞു:
'എല്ലാം മുകളിലൊരാൾ കാണണൊണ്ട്.'
പിറ്റേന്ന് പിടിക്കപ്പെട്ടപ്പോൾ
അവനറിഞ്ഞു,
അവിടെ

സീ സി ടി വി ക്യാമറയുണ്ടായിരുന്നു.

അന്ത്യാഭിലാഷം

പരമതവിദ്വേഷത്താൽ
ബാലികയെ മാനഭംഗപ്പെടുത്തി,
ക്രൂരമായി കൊലചെയ്ത പ്രതിയുടെ
വധശിക്ഷയ്ക്കുമുമ്പ് കോടതി:
'അന്ത്യാഭിലാഷം എന്തെങ്കിലും?'

'ഒരുവട്ടം കൂടി
വേദഗ്രന്ഥം വായിക്കണം.'

സമരലക്ഷ്യം

മുന്നിൽ വിളമ്പിയ
മട്ടനും ബറോട്ടയും കണ്ട്
നെറ്റിചുളിച്ചപ്പോൾ
ജാഥാക്യാപ്റ്റൻ പറഞ്ഞു:
'കഴിച്ചോളൂ;
നമ്മുടെ സമരം ബീഫിനെതിരെയാണ്.'

ചെവിയിൽ ഒരു മുട്ടനാടിന്റെ നിലവിളി!

കാലനും നായയും

രാത്രി അയൽവീട്ടിലെ നായ
ഓരിയിട്ടപ്പോൾ
രോഗിണിയായ അമ്മ പറഞ്ഞു:
'കാലനെത്തി,
എന്റെ കാര്യം ഉറപ്പാണ്.'

ആരുമറിയാതെ ഞാനെറിഞ്ഞ
ഒരുരുളച്ചോറ് തിന്ന നായ
രാത്രിയിൽ കാലനൊപ്പം പോയി!

ആനുപാതികം

വിശേഷമുഹൂർത്തമാകയാൽ
അന്ന്
തിരുനടയിൽവെച്ച്
വരണമാല്യം ചാർത്തിയത്
അഞ്ഞൂറോളം വധൂവരന്മാർ.
ആനുപാതിക വർദ്ധന
പിറ്റേവർഷം കണ്ടു,

കുടുംബകോടതിയിലും.

ആ(ഹാ)ചാരച്ചെലവ്

പ്രതിമാസ ഭക്ഷണച്ചെലവ്
എണ്ണായിരം രൂപ.
ഇക്കഴിഞ്ഞ മാസം
ഇരുപത്തിനാലായിരം!
അത് വീട്ടിൽ എല്ലാവരും നോമ്പുനോറ്റ

റമദാൻ മാസമായിരുന്നു.

വേദവാക്യം

മർദ്ദിച്ച് ബന്ദിയാക്കി,
പണ്ടമെല്ലാം കവർന്ന്,
തസ്കരന്മാർ ഇരുളിൽ ഓടിമറയുംനേരം
മൃതപ്രായയായ
പാവം വീട്ടമ്മയുടെ നോട്ടം
ചുമരിലെ ഗീതാവാക്യത്തിൽ പതിഞ്ഞു:
'സംഭവിച്ചതെല്ലാം നല്ലതിന്
സംഭവിക്കാൻ പോകുന്നതും...'

മുഴുമിക്കുംമുമ്പ് ആ കണ്ണുകളടഞ്ഞു.

നടത്തം

'**ഒ**രു ബൈക്ക് വാങ്ങിയാൽ
നടത്തം ഒഴിവാക്കാമല്ലോ?'
പണ്ട്, കടയിലേക്കും
കവലയിലേക്കും നടക്കുമ്പോൾ
എന്നോടിങ്ങനെ ചോദിച്ചവർ ഇപ്പോൾ
രാവിലെയും വൈകിട്ടും

മുടങ്ങാതെ നടക്കുന്നു.

ദേശസ്നേഹത്തിന്റെ സ്വാദ്

പണ്ട് സ്കൂളിൽ
എൻ സി സിയിലുണ്ടായിരുന്നെന്നു കേട്ടപ്പോൾ
മകളുടെ കളിവാക്ക്:
'വല്യ രാജ്യസ്നേഹിയാണല്ലോ!'
ഓർമ്മയിൽ തെളിഞ്ഞത്,
എൻ സി സി ക്ലാസിൽ കിട്ടിയിരുന്ന

ഏത്തപ്പഴത്തിന്റെ സ്വാദാണ്.

ആചാരം

ആചാരത്തെച്ചൊല്ലി
വിശ്വാസം വിവേകവുമായി കലഹിച്ചു.
സമനിലതെറ്റി, കണ്ണിൽ കണ്ടവരെയെല്ലാം
തെറിവിളിച്ചാക്രമിച്ചു.
വിവേകം അതുനോക്കി പുഞ്ചിരിതൂകി.
ഉയിരറ്റ അജ്ഞതയുടെ ചിതയിൽച്ചാടി
വിശ്വാസം പിന്നെ സതിയനുഷ്ഠിക്കെ
ശേഷിച്ചത്,

ആ ചാരം മാത്രം!

സെൽഫി

പാറമേൽ നില്ക്കുന്ന
ഫോട്ടോ കാണിക്കാനുള്ള മോഹമാണ്
സെൽഫിക്കു പ്രേരിപ്പിച്ചത്.
എന്നാൽ, ഒടുവിൽ
എല്ലാവരും കണ്ടത്,

പത്രത്തിലെ
പാസ്പോർട്ട്സൈസ് ഫോട്ടോ!

സഭാതർക്കം

ശവമടക്ക് വൈകിയപ്പോൾ
മൃതദേഹം മൂന്നാംനാൾ
കരൾനൊന്തു പ്രാർത്ഥിച്ചു:

'കർത്താവേ
എനിക്കും ഒന്നു പറഞ്ഞുതായോ,
ഉടലോടെ
ഉയിർത്തെണീക്കുന്ന വിദ്യ!'

കൗതുകം

അച്ഛന്നൊപ്പം
പാർട്ടിയാപ്പീസിൽ വന്ന അഞ്ചുവയസ്സുകാരൻ
തനിക്കും പാർട്ടിക്കാരനാകണമെന്നു
ശാഠ്യം പിടിച്ചു.
കാരണമാരാഞ്ഞപ്പോൾ
അവൻ പറഞ്ഞു:

'എനിക്കും
ഗാന്ധിജിയെ വെടിവെക്കണം.'

സംശയം

വഴിയോരത്തെ
യാചകന്റെ ഭിക്ഷാപാത്രത്തിൽ
അഞ്ചുരൂപയും
ദേവാലയത്തിലെ കാണിക്കവഞ്ചിയിൽ
അമ്പതുമിട്ടപ്പോൾ
കൊച്ചുമോൾടെ സംശയം:

കൂടുതൽ കഷ്ടപ്പാട്
ദൈവത്തിനാണോ?

വിദ്യാരംഭം

വിജയദശമി നാളിൽ
കുട്ടിയെ സംസ്കൃതത്തിൽ എഴുതിച്ചു:
'ഹരിശ്രീ ഗണപതയേ നമ:'
പിന്നെ
അഡ്മിഷനുവേണ്ടി പാഞ്ഞു,
നഗരത്തിലെ

പേർപെറ്റ ഇംഗ്ലീഷ്മീഡിയം സ്കൂളിലേക്ക്!

പെണ്ണുകാണൽ

വീട്ടുകാരുറപ്പിച്ച പെൺകുട്ടിയെ
നിക്കാഹിനുമുമ്പ് കാണാൻ
നാട്ടിലെത്തിയ ചെക്കന് മോഹം.
അങ്ങനെ
ഇന്നവൻ കണ്ടു,

പർദ്ദയ്ക്കുള്ളിലെ
രണ്ടു കണ്ണുകൾ.

അക്സന്റ്

'ഫോർട്ടിസെവനിൽ
ഇന്ത്യയ്ക്ക് ഫ്രീഡം കൊടുത്ത്
ഇംഗ്ലീഷുകാർ വെക്കേറ്റ് ചെയ്യണ്ടായിരുന്നു.'

നഗരത്തിലെ
ഇംഗ്ലീഷ്മീഡിയം സ്കൂൾ വിദ്യാർത്ഥിനി
അലീന ജോൺ പറഞ്ഞു.
'വൈ?'
ക്ലാസ്മേറ്റ് അശ്വതിമോഹൻ ചോദിച്ചു.

'അവരുണ്ടായിരുന്നെങ്കിൽ
ഇംഗ്ലീഷ് അക്സന്റിൽ
നമ്മൾ പെർഫെക്ടായേനേ!'

വിശ്വപൗരർ

താഴെ
പൗരത്വനിയമത്തെച്ചൊല്ലി
ഏറ്റുമുട്ടുന്നവരുടെമേൽ കാഷ്ഠിച്ച്,
ലക്ഷ്യത്തിലേക്കു പറന്നുപോയി,

ദേശാടനപ്പക്ഷികൾ.

അവതാരം

മനുഷ്യനെ
വിവേകിയാക്കാൻ അവതരിച്ച
അഞ്ച് മഹത്തുക്കൾ?

ബുദ്ധൻ
യേശു
നബി
ഗാന്ധിജി
കൊറോണ.

കൽബുർഗി

ദൈവത്തെയും
മോക്ഷത്തെയുംകുറിച്ചുള്ള കഥകളെഴുതാൻ
മറ്റുള്ളവർ വർഷങ്ങളെടുത്തു.
അയാളുടെ കഥകളാകട്ടെ
മനുഷ്യനെയും വിശപ്പിനെയുംകുറിച്ചായിരുന്നു.
അതുകൊണ്ട്,

വളരെവേഗം അയാളുടെ കഥകഴിഞ്ഞു.

നിഷേധികൾ

ദേശീയപാത നിറഞ്ഞ്
വിശ്വാസഘോഷയാത്ര.
ആസ്പത്രിയിലേക്കും അങ്ങാടിയിലേക്കും
ആപ്പീസിലേക്കും പുറപ്പെട്ടവരുടെ
വഴിമുട്ടിയ ലക്ഷ്യങ്ങൾ
സ്വയം ശപിച്ചു.
അതുകണ്ട ചിലർ വിരൽചൂണ്ടി:

'ദേ, നിഷേധികൾ!
വിശ്വാസനിഷേധികൾ!!'

നാലുപേർ

ഹൈന്ദവഭക്തിഗാനം കേട്ടപ്പോൾ
നാലിൽ രണ്ടുപേർ
ചെവിപൊത്തി.
ഇസ്ലാംഗാനം മുഴങ്ങിയപ്പോൾ
കൂട്ടത്തിൽ രണ്ടുപേർക്കു മനംപിരട്ടൽ.
ക്രൈസ്തവഗാനം കേട്ടപ്പോഴും
രണ്ടുപേർ മുഖം ചുളിച്ചു.
പരപുച്ഛമില്ലാതെ
അവയിലെ സംഗീതസാഹിത്യഭംഗി നുകർന്നു,

അവിശ്വാസിയായ നാലാമൻ.

കവിതകളുടെ കാക്കപ്പുള്ളികൾ

വയലാർ ശരത്ചന്ദ്രവർമ്മ

ചിരി നൊമ്പരച്ചിരിയാകുമ്പോളെല്ലാം അവ കയ്പുനേരിലേക്കുള്ള ചൂണ്ടുപലകകളാണെന്ന സത്യത്തെ ഓർമ്മിപ്പിച്ച് തളർത്താനുള്ള മാധ്യമമല്ല കല. കുരിശു ചുമക്കുന്ന ജീവിതത്തിന്റെ മുതുകിലേല്പിക്കുന്ന ചാട്ടവാറടികളാകരുത് ഒരു കലാരൂപവും. കടന്നുവന്നതും നടന്നിടുന്നതും കടന്നു പോകേണ്ടതുമായ നാളുകളുടെ സാന്ത്വനശീലുകളാകണം. ആ കലാരൂപങ്ങളുടെ അക്ഷരമറുകുകളാണ് അക്ഷരാർത്ഥത്തിൽ ഇരുട്ടിനെ പ്രകാശമാക്കുന്ന, സൗമ്യമായ ചിരി കൊളുത്തുന്ന ശ്രീ. അഹമ്മദ് ഖാന്റെ *രാവെളിച്ചം* എന്ന ഈ കാവ്യസമാഹാരവും. ആശയങ്ങളെ ഗർഭം ധരിച്ച് സൃഷ്ടിയുടെ നോവറിഞ്ഞിട്ടുള്ള എനിക്കും, ഈ കവിതക്കൂട്ട് ഇടയ്ക്കിടെ തലോടി നോക്കുവാനുള്ള, ആശ്വാസങ്ങളെ തിരിച്ചറിയാനുമുള്ള ശ്രീവത്സമാണ്. 'നഗരപർവ്വം' എന്ന കവിത തന്നെ കെട്ടിക്കൂട്ടിവച്ച മനമാലിന്യങ്ങളെ വലിച്ചെറിയാനൊളിച്ചിറങ്ങുന്ന ദുരഭിമാന മാന്യതയെ പൊളിച്ചടുക്കുന്നതാണ്.

അമ്മത്തൊട്ടിലും കുഞ്ഞുങ്ങളെ വേസ്റ്റായി തള്ളുന്ന കുപ്പത്തൊട്ടി തന്നെ, കെട്ട കാലത്തിന്.

നഗരം... നഗരം... മഹാസാഗരം
കളിയും ചിരിയും മേലേ
ചളിയും ചുഴിയും താഴെ...

നഗരപർവ്വത്തിന്റെ നഖമുനകൾ ഗ്രാമങ്ങളിലേക്കും നീളുന്നു. ശ്രദ്ധിക്കണം. പറവയുടെ ചിറക് മുറിച്ചുകളഞ്ഞു കൂട്ടിലടച്ചിട്ട് സ്വാതന്ത്ര്യഗീതമെഴുതുന്ന ഗതികേടിലാണ് കവി. ജീവിത കണ്ഠത്തിൽ ചുവപ്പുനാട മുറുക്കേണ്ടിവരുന്ന ദുരവസ്ഥ.

മഴയത്ത് മൂടിക്കെട്ടി നനയാൻ കഴിയാതെ വരണ്ടുപോയ മനുഷ്യമനസ്സിന് നനവേകാൻ ഒരു പ്രളയം വേണ്ടിവന്നു. രക്ഷപ്പെടാൻ കച്ചിത്തുരുമ്പ് കിട്ടിയാൽ വീണ്ടും നരൻ നരിയേക്കാൾ തരം താഴുന്നു. അവസാനം

പ്രളയജലധിയിലെ ഉപ്പുവെള്ളത്തിൽ കാലങ്ങളോളം കിടന്നേ മനസ്സിന്റെ വ്രണങ്ങളുണങ്ങൂ എന്നാകണോ? വേണ്ടാ... ഇനി വരുന്ന ചെറുപ്രളയങ്ങളിലൂടെയെങ്കിലും നനവുള്ളതാകട്ടെ ഹൃദയം.

രോഗക്കാഴ്ചകളാണെങ്ങും. പൂജ്യംപോലെ തുടങ്ങി ഒമ്പതിലെത്തുമ്പോൾ ഒമ്പതാമത്തെ വാർഡിൽ നിന്നൊറ്റപ്പെട്ട യാത്ര തുടങ്ങുന്നതിനു മുമ്പുള്ള ജീവിതവും സത്യത്തിൽ അനാഥം തന്നെ. ആരോ ഉണ്ടെന്ന തോന്നലും അവസാനം മിഥ്യ. തനിച്ചേ പോകൂ, ഉറ്റവരെത്രയുണ്ടെങ്കിലും. കാഴ്ചകളിലെ നേർക്കാഴ്ചകൾ!

'മൺവിളക്കി'ൽ രണ്ടു തലമുറകളുടെ സ്നേഹതൈലമിട്ട് കൊളുത്തുന്ന തിരികൾ തെളിയുന്നു, രാത്രികളിലെന്നപോലെ. 'മതേതരഹാസ'ത്തിൽ വയലാറിന്റെ പുഞ്ചിരി ചാലിക്കുവാൻ യുവകലാസാഹിതി ഈ കവിക്ക് രാഘവപ്പറമ്പിന്റെ മുറ്റത്ത് മുമ്പേതന്നെ തണലൊരുക്കിയിട്ടുണ്ടെന്ന ഓർമ്മകളും കാവ്യമായി.

പരീക്ഷയിൽ ഒന്നാംസ്ഥാനം കിട്ടാഞ്ഞതിൽ തല്ലു കിട്ടിയ വീട്ടിലെ കുട്ടിയും, പരീക്ഷണ പരീക്ഷയെഴുതാൻ പോലുമാവാത്ത തീവണ്ടിയിലെ കുട്ടിയും സത്യത്തിന്റെ നാണയവശങ്ങൾ മാത്രം. ഹെഡ് ഓർ ടെയിൽ?

'ആചാരം സംരക്ഷിക്കപ്പെടണം ആശാന്റെ ചാരമെടുത്തായാലും.' ആശാൻ സ്ക്വയറിൽ നിന്നുകൊണ്ട് കുമാരനാശാൻ ചൊല്ലുന്നത് കേട്ടപോലെ.

കൗമാരമിന്നു കടന്നൊരെൻ പുത്രിതൻ
കൗതുകങ്ങൾ പുതുവർണ്ണങ്ങളാൽ
മാറ്റിവരയ്ക്കുന്നു കാലമതിന്റെ പൊൻ–
മാന്ത്രികത്തൂവലാ, ലെന്നാകിലും
എന്നുമുണ്ടായെങ്കിലാമിഴിപ്പൂക്കളിൽ
അന്നു ഞാൻ കണ്ട മിന്നാമിന്നികൾ!

അടുത്ത തലമുറയെങ്കിലും ആശാനെ അറിയട്ടെ ആകാംക്ഷയോടെ മിന്നുന്ന കണ്ണുകളുമായി. മിന്നാമിന്നിയെ ആശാൻ സ്ക്വയറിലിരുത്തുന്നു.

'ആരവിടെ?'

കൊറോണയുടെ അണു അട്ടഹസിച്ചു. ആരുമില്ല 'കനകസിംഹാസന'ത്തിൽ ഉത്തരം പറയുവാൻ. സന്ധ്യ ചുവക്കുന്നത് സുന്ദരമെങ്കിലും അത് ഇരുട്ടിന്റെ മാറിലേക്കാണെന്ന കാഴ്ച 'കറുത്തസന്ധ്യ'യിലെ കനൽച്ചാരമാകുന്നു.

അമ്മ പറഞ്ഞു: 'മോനേ.. നിന്റെ തലയിൽ രണ്ടു മൂന്ന് നര.' ഞാൻ പറഞ്ഞു: 'അമ്മേ... അമ്മിഞ്ഞപ്പാൽ കിട്ടാണ്ടായതിന്റെ രജത ജൂബിലിയാഘോഷമല്ലേ ഇപ്പോൾ!'

'ക്ഷിപ്രവാർദ്ധക്യ'ത്തിലെ അവസാന രണ്ടു വരികളിലെ പരമാർത്ഥം ഞാൻ അനുഭവച്ചറിഞ്ഞത് താനും.

പുരോഹിത നൂൽബന്ധനങ്ങളിൽ നിന്ന് ഭക്തർ മോചിതരാകുമ്പോഴേ ദൈവങ്ങൾക്ക് മോക്ഷമുള്ളൂ, ചലനമുള്ളൂ. ഈ പുതിയ ധർമ്മാർത്ഥം പാശ്ചാത്യദേശങ്ങളിൽ സ്ഥാപിക്കപ്പെടുന്നു. നാമെന്ന് അവർക്കൊപ്പം തല ഉയർത്തി നില്ക്കും; 'യൂറോപ്പിലെ കാഴ്ചബംഗ്ലാവി'ൽ കവി ചോദിക്കുന്നു. ഉത്തരം നല്കേണ്ട ബാദ്ധ്യത സമൂഹത്തിനാണ്. ആൾക്കൂട്ടങ്ങൾക്കല്ല.

'അക്ഷരം' എന്ന കവിത വായിച്ചപ്പോൾ വയലാറിന്റെ റിയലിസവും റിയാലിറ്റിയും എന്ന കവിതയവസാനിപ്പിക്കുന്ന നാല് വരികളിലെത്തി. കൈയക്ഷരവും യന്ത്രാക്ഷരവും തമ്മിലുള്ള വ്യത്യാസം. ഒന്നിൽ ജീവന്റെ തുടിപ്പ്. രണ്ടാമത്തേതിൽ യാന്ത്രികമിനുക്ക്.

കാക്ക റാഞ്ചുമ്പോൾ കൈയല്ലേ നോവൂ. തമ്പുരാട്ടിയുടെ അർത്ഥം വെച്ചുള്ള പുഞ്ചിരിനോട്ടത്തിനുള്ളിലാണ് നീറ്റൽ. അതു മനസ്സിലാക്കിയ കാക്ക എങ്ങോ പോയി. 'കാക്കത്തമ്പുരാട്ടി'യിലെ കാവ്യരസമിങ്ങനെയാകുന്നു. പ്രസംഗ വെള്ളിടി, ആഹ്വാനമാരി എല്ലാം തീർന്നു. ഗാന്ധി സ്വപ്നം കണ്ട സൂര്യോദയം കാണാൻ ചപ്പുചവറുകൾ മാറ്റുന്നവളും കവിയും കേട്ടുകേട്ട് മരവിപ്പ് മൂർച്ഛിക്കുന്ന ഗാന്ധിപ്രതിമയും!

കലാകാരന്മാരും വേണം. കലയാസ്വദിക്കുവാൻ പണമുള്ളവരും വേണം. അല്ലെങ്കിൽ കലാകാരന്മാർ എങ്ങനെ ജീവിതം താണ്ടും. എന്നാൽ 'മണി'കിലുക്കമല്ല കല. പണം നഷ്ടപ്പെടാത്ത സന്തോഷത്തിൽ പുസ്തകമെടുത്തു കൊണ്ടുപോയ സമ്പന്നനായ കലാരഹിതൻ ഞാറല്ലേ കൊണ്ടു പോയത്, ഞാറ്റുവേലയല്ലല്ലോ. മറ്റൊരു കാവ്യത്തിന്റെ വിത കവി കൃതജ്ഞതയോടെ നടത്തി. വാഴ്‌വിന്റെ സമ്പത്തിനൊപ്പം ഒരു കാവ്യസന്ധ്യകൂടി അങ്ങനെ ചേർത്തു. നുണഞ്ഞലിയിച്ചുണ്ണുവാൻ കുറുക്കിയൊരുക്കിയ സുതാര്യ കവിതകൾ വിളമ്പുവാൻ ഇലയിടുന്നില്ല. കൈക്കുമ്പിളിൽ വാങ്ങി സേവിച്ചാസ്വദിച്ചാൽ മതി.

ശ്രീ. ചെമ്മനം ചാക്കോ അനുഗ്രഹിച്ച് നല്കിയ, ഭോഷത്തരങ്ങൾക്കെതിരെയുള്ള ധാർമ്മികരോഷത്തിന്റെ ആവി പറക്കുന്ന 'ഹോട്ട്കോഫി' ഇനിയും അങ്ങ് ഞങ്ങൾക്ക് പകർന്നു തരണം. 'വിഷ്ണുപദ'ത്തിൽ അങ്ങ് സമർപ്പിച്ച അക്ഷര തുളസിപ്പൂക്കൾ വീണ്ടും അർപ്പിക്കുന്നു: ".... മലയാൺമയ്ക്കൊക്കുമോ മറക്കാനീ അക്ഷരവിശുദ്ധിയെ?" അങ്ങനെ സംഭവിക്കട്ടെ...

"നോവുകൾക്കാശ്വാസമായ്
മാറണം, കനിവെഴും
ജീവിതം രചിച്ചു നീ
കവിയായ് പുലരേണം."

കവിജന്മമെന്ന കവിതയിലൂടെ മകനോട് പറയുന്ന ഇക്കാര്യം കാവ്യമാതാവ് ഈ കവിയുടെ കാതിലോതിയതാണെന്നതിൽ സംശയമില്ല.

കയ്പേറിയ നേരുകൾ
വാരിയെറിഞ്ഞ ഉഷ്ണചരലുകളാണ്
ശ്രീ: അഹമ്മദ് ഖാന്റെ
കവിതകൾ.
അവയ്ക്ക് കണ്ണീരിന്റെ
തിളക്കവുമുണ്ട്.

ഒ. എൻ. വി.

സാഹിത്യ ലേഖനം സാമൂഹിക സേവനം ക്രിയാ
കണമെന്ന പ്രത്യയശാസ്ത്രം മുറുകെ പിടിക്കുന്ന
ഒരെഴുത്തുകാരനാണ് അഹമ്മദ് ഖാൻ

[illegible]